நில், கவனி, தாக்கு!
____

கிழக்கு பதிப்பக வெளியீடுகளாக சுஜாதாவின் புத்தகங்கள்

21ம் விளிம்பு
24 ரூபாய் தீவு
6961
அப்பா, அன்புள்ள அப்பா
அப்ஸரா
அனிதா - இளம் மனைவி
அனிதாவின் காதல்கள்
அனுமதி
ஆ..!
ஆட்டக்காரன் சிறுகதைகள்
ஆதனிலால் காதல் செய்வீர்
ஆயிரத்தில் இருவர்
ஆர்யபட்டா
ஆழ்வார்கள்:ஓர் எளிய அறிமுகம்
ஆஸ்டின் இல்லம்
இதன் பெயரும் கொலை
இரண்டாவது காதல் கதை
இருள் வரும் நேரம்
இளமையில் கொல்
இன்னும் ஒரு பெண்
உள்ளம் துறந்தவன்
ஊஞ்சல்
எதையும் ஒரு முறை
என் இனிய இயந்திரா
என்றாவது ஒரு நாள்
ஐந்தாவது அத்தியாயம்
ஒரு நடுப்பகல் மரணம்
ஒரே ஒரு துரோகம்
ஓடாதே
ஒரிரவில் ஒரு ரயிலில்
ஒரிரு எண்ணங்கள்
ஓலைப்பட்டாசு
கடவுள் வந்திருந்தார்
கமிஷனருக்குக் கடிதம்
கம்ப்யூட்டரே ஒரு கதை சொல்லு
கம்ப்யூட்டர் கிராமம்
கரையெல்லாம் செண்பகப்பூ
கற்பனைக்கும் அப்பால்
கனவுத் தொழிற்சாலை
காயத்ரி
குருபிரசாத்தின் கடைசி தினம்
கை
கொலை அரங்கம்
சிங்கமய்யங்கார் பேரன்
சில வித்தியாசங்கள்
சிவந்த கைகள்
சிறுகதை எழுதுவது எப்படி?
சின்னச் சின்னக் கட்டுரைகள்
சொர்க்கத் தீவு
டாக்டர் நரேந்திரனின் வினோத வழக்கு
தங்க முடிச்சு

தப்பித்தால் தப்பில்லை
திசை கண்டேன் வான் கண்டேன்
தீண்டும் இன்பம்
தூண்டில் கதைகள்
தேடாதே
தோரணத்து மாவிலைகள்
நகரம் சிறுகதைகள்
நிர்வாண நகரம்
நில் கவனி தாக்கு
நில்லுங்கள் ராஜாவே
நிறமற்ற வானவில்
நிஜத்தைத் தேடி
நைலான் கயிறு
பதினாலு நாள்கள்
பத்து செகண்ட் முத்தம்
பாதி ராஜ்யம்
பாரதி இருந்த வீடு
பிரிவோம் சந்திப்போம்
ப்ரியா
மண்மகன்
மத்யமர்
மலை மாளிகை
மனைவி கிடைத்தாள்
மாயா
மிஸ் தமிழ்தாயே நமஸ்காரம்
மீண்டும் ஒரு குற்றம்
மீண்டும் தூண்டில் கதைகள்
மீண்டும் ஜீனோ
முதல் நாடகம் - நாடகங்கள்
மூன்றுநாள் சொர்க்கம்
மெரீனா
மேகத்தைத் துரத்தியவன்
மேலும் ஒரு குற்றம்
மேற்கே ஒரு குற்றம்
ரயில் புன்னகை
ரோஜா
வசந்த காலக் குற்றங்கள்
வாய்மையே சில சமயம் வெல்லும்
வாரம் ஒரு பாசுரம்
வானத்தில் ஒரு மௌனத்தாரகை
விக்ரம்
விடிவதற்குள் வா
விபரீதக் கோட்பாடு
விருப்பமில்லா திருப்பங்கள்
விரும்பிச் சொன்ன பொய்கள்
விவாதங்கள் விமர்சனங்கள்
விழுந்த நட்சத்திரம்
வைரங்கள்
ஜன்னல் மலர்
ஜீனோம்
ஜோதி
ஸ்ரீரங்கத்து தேவதைகள்

நில், கவனி, தாக்கு!

சுஜாதா

நில், கவனி, தாக்கு!
Nil, Kavani, Thaakku!
by Sujatha
Sujatha Rangarajan ©

Kizhakku First Edition: October 2010
128 Pages

ISBN: 978-81-8493-565-3
Title No. Kizhakku 561

Kizhakku Pathippagam
177/103, First Floor,
Ambal's Building, Lloyds Road,
Royapettah, Chennai 600 014.
Ph: +91-44-4200-9602

Email : support@nhm.in
Website : www.nhm.in

Cover Image : Shutterstock

Kizhakku Pathippagam is an imprint of New Horizon Media Private Limited

அந்த ராத்திரி வேட்டை தொடங்கியது. டெலிபோன் செய்தோம். டீ சாப்பிட்டோம். மேலும் டெலிபோன் செய்தோம். மேலும், மேலும்... ஒருவரிடமும் ஒரு விஞ்ஞானி கடத்தப்பட்டார் என்கிற விவரத்தைக் குறிப்பிடவில்லை. ஸ்டேஷன் வாகனின் எண் கொடுத்து, அது தென்பட்டால் உடனே செய்தி தெரிவிக்கவேண்டும் என்று மட்டும் உத்தரவு. நான் வருவதற்கு முன்னமேயே போலீஸ் மெஷினை நிமிடங்களில் கிளப்பி விட்டார். டில்லியைச் சுற்றியுள்ள நிசப்தத்தில் ரேடியோ அலைகளில் எங்கள் செய்தி சிதறியது. எவ்வளவு பேர் தூக்கமிழந்தார் களோ, எவ்வளவு மனைவிகள் சலித்துக் கொண்டார்களோ!

டில்லி விமான நிலையம் - பாலம். இரவு 7 மணிக்கு ஒரு கோலாவை உறிஞ்சிக்கொண்டு காத்திருந்த நான் ஒரு மத்திய சர்க்கார் ஆசாமி. மத்திய சர்க்காரில் என் வேலை என்ன என்று உங்களுக்குச் சொல்ல முடியாத நிலையில் இருக்கிறேன்.

எதிர்மறையில் சதிராடிக் கொஞ்சம் விளங்க வைக் கிறேன்.

போலீஸா? இல்லை ஆனால் ஸ்மித் அண்ட் வெஸ்ஸன் பாயிண்ட் 38 டபிள் ஆக்ஷன் ரிவால்வரைப் பற்றி என்னிடம் கேளுங்கள். பார்ட் பார்ட்டாகத் தெரியும்; சோதிக்கிறீர்களா?

போல்ட் ப்ளஞ்சர், ஹாமர் ஸ்டட், ஸ்டிர்ரப், ரிபவுண்ட் ஸ்லைட் ஸ்டட், ட்ரிக்கர் ஸ்ப்ரிங், மெயின் ஸ்பிரிங், ஹாண்ட் ஸ்ப்ரிங், ஸ்டாப் ப்ளஞ்சர், சிலிண்டர் ஸ்டாப், பாரல் பின், போதுமா?

துப்பாக்கி தயாரிப்பவனா? இல்லை; உபயோகிப் பவன். 75 அடிக்குள் ஒரு பத்து பைசா நாணயத்தைத் தூக்கிப் போட்டுவிட்டு ஒதுங்குங்கள். கீழே விழு வதற்குள் நாணயத்தைச் சிதற அடித்துவிடுவேன். இதுவரை கொன்றதில்லை. எவரையும் கொல்லும் சந்தர்ப்பம் இதுவரை வராததால். வந்த சந்தர்ப்பங் களில் எல்லாம் வெறும் கைகலப்பு. அதனால் சில பல்

டாக்டர்கள் பணக்காரர்கள் ஆனார்கள். சில எலும்பு வைத்தியர் கள் உயர்ந்தனர். என் மூன்று டெரிலின் சட்டைகள் கிழிந்திருக் கின்றன.

நான் யார்?

நானும் மற்ற மத்திய சர்க்கார் உத்தியோகஸ்தர்கள்போல ஃபைல்கள் உத்தியோகம் பார்க்கிறவன்தான். ஆனால், சில ஃபைல்கள் வினோதமான மிக ரகசிய 'டபிள் எக்ஸ்' ஃபைல்கள், தினம் தினம் என் வெஸ்பாவில் ஆபீஸ் போய் வருகிறேன். என் ஆபீஸ் ராமகிருஷ்ணாபுரத்தில் ஒரு பெயரில்லாத கட்டடம். நீங்கள் படிக்கும் கதிர்தான் நானும் படிக்கிறேன். நீங்கள் கேட்கும், 'முத்தமிடும் நேரமெப்போ'தான் நானும் கேட் கிறேன். எனினும் நான் சற்று வேறுபட்டவன்.

எப்படி என்பது நான் தற்போது விவரிக்கப்போகும் கதை யிலிருந்து தெரியும்.

பாருங்கள், நம் இந்தியர்கள் ரகசியத்தைக் காக்க விரும்பாதவர்கள்.

பேச்சு.

பேச்சு.

பேச்சு.

மேலும் பேச்சு.

பேச்சுதான் நம் தேசிய குணம். பேச்சைக் கொண்டே எலெக் ஷனை ஜெயிக்கும் ஜாதி. டில்லியில் அலட்சியமாக, இயல்பாக பஸ்களில் எவ்வளவு சர்க்கார் ரகசியங்கள் வெளியாகின்றன, தெரியுமா? காலை ஒன்பது மணிக்கு கரோல் பாகிலிருந்து சென்ட்ரல் செக்ரடேரியட்டுக்குச் செல்லும் 7 ஏ பஸ்ஸில் ஜஸ்ட் கேட்டுக்கொண்டே செல்லுங்கள். காது போதும்!

'ஏழரை கோடி ஸாங்ஷன் ஆச்சு சார், ஏழரை கோடி. 'ஜெ.எஸ். மே ப்ளீஸ் சீ' என்று போட்டேன். கையெழுத்துப் போட்டு விட்டார். எக்ஸ்-இம் பாங்க் க்ரெடிட். ஏழரை கோடி உன் உபயம் ராஜஸ்தானத்துக்கு!' - இது ஃபினான்ஸ் மினிஸ்ட்ரி ஆசாமி.

'ஆப்பிளா அனுப்பிச்சிண்டிருக்கான் சார்! காலண்டரா அனுப்பிச் சிண்டிருக்கான் சார்! லைசென்ஸ்ல ஃபாரின் எக்ஸ்சேஞ்ச் காம்பனென்ட் கொஞ்சம் உதைக்கிறது அவனுக்கு...' - இது இண்ட்ஸ்ட்ரி மினிஸ்டரி ஆசாமி. இவர்கள் எல்லாம் தத்தம் தற்பெருமைகளை விசிறிக்கொள்கிறார்கள். அதே சமயம் துளித்துளியாக சர்க்கார் ரகசியங்களை உதறுகிறார்கள். இவற்றைச் சேகரிப்பவர்கள் இருக்கிறார்கள். சேகரித்து உபயோகப்படுத்துபவர்கள் இருக்கிறார்கள். அந்த உபயோகம் நம் தேசத்துக்கு ஆரோக்கியமானதல்ல.

அதைத் தடுக்கத்தான் நாங்கள் ஏற்பட்டிருக்கிறோம். துரதிர்ஷ்ட வசமாக எல்லோருக்கும் ஒரு விலை மட்டும் இருக்கிறது. சிலருக்கு டயரி, சிலருக்கு காலண்டர், சிலருக்கு காலேஜ் அட்மிஷன், ரெஃப்ரிஜிரேட்டர், பெண்கள், ஸ்விஸ் பாங்கில் பணம், உயர உயர உயரும் பண்டமாற்றம். இது ஒரு விளையாட்டு; பெரிய விளை யாட்டு; நாய் நாயைத் தின்னும் விளையாட்டு.

நான் சொல்லப்போவதில் எந்த ரகசியமும் வெளியாகப் போவதில்லை. பாலம் விமான நிலையத்தில் நான் காத்திருந்த திலிருந்து தொடங்கி கடைசிவரை நடந்த நிகழ்ச்சிகளில் பெரும்பகுதி எல்லா பேப்பர்களிலும் வந்துவிட்டது. அது லோக் சபாவில் சிலர் செருப்பு எறியும்வரை கோபத்தை ஏற்படுத்தியது. ஒரு மந்திரியின் ராஜினாமா என்னும் டிராமாவரை சென்றது. எல்லாமே நடந்து தீர்ந்த விஷயங்கள். இந்த விவகாரமே எங்கள் பாஷையில் டி-கிளாஸிஃபைட். சென்ற ஒரு மாதத்துச் செய்தித் தாள்களில் நீங்கள் பார்த்திருக்கலாம்.

ஆனால் நான் சொல்ல விரும்புவது உங்களைப் படிக்க வைக்க விரும்புவது செய்தித் தாள்களில் வந்ததை அல்ல. உண் மையை. நான் இந்தச் சம்பவத்தினுள் இருந்தவன்; இருந்து அடிபட்டவன்; அடிபட்டு அனுபவம் அதிகரித்தவன் என்கிற தகுதியில் நான் சொல்லப்போவது இந்தக் கதை. அதன் கடைசி அத்தியாயத்தில் என் வரம்புகளைக் கொஞ்சம் மீறி இருக் கிறேன். அதனால் எனக்கு வேலை போகக்கூடிய 50-50 ரிஸ்க் இருக்கிறது.

பாலம் விமான நிலையத்தில் நான் காத்திருந்தது பம்பாயிலிருந்து வரவிருந்த காரவெல் ஃப்ளைட் எண் 406-க்காக. குறிப்பாக அந்த

ஃப்ளைட்டில் வரவிருந்த டாக்டர் ராமச்சந்திரன் என்பவருக் காக. என் வேலை அவர் வருகையைப் பொருத்தமட்டில், ரிசர்வ் செய்திருந்த அறைக்குக் கூட்டிச் சென்று அங்கே ஒப் படைக்க வேண்டியது. அவ்வளவுதான். டாக்டர் ராமச்சந்திரன் யார்?

ஸர்ச் மி. எனக்குத் தெரியாது. அவர் என்ன டாக்டர்? அலோ பதியா, ஹோமியோபதியா, ரோமியோபதியா தெரியாது! அதைப்பற்றி எனக்குக் கவலை இல்லை. என் வேலை என்ன? டாக்டர் ராமச்சந்திரன்-பாலம்-ஜன்பத் ஓட்டல். அவ்வளவுதான். சாதாரண வேலை.

என் உயர்ந்த ஆபீசர், மேலதிகாரியும் என் மதிப்புக்கு உரியவரு மானவர். அவரை இனி நடேசன் என்று குறிப்பிடுகிறேன். நடேசன் அவர் உண்மைப் பெயர் இல்லை. இந்தச் சம்பவத்தைப் பொருத்தவரையில் அவர் நடேசன். பெயரை ஞாபகத்தில் நிறுத்தவும், நடேசன். அவர் பெயர் வேறு. அதுதான் சொன் னேனே, எல்லாமே ஒரு விளையாட்டு என்று. சிறுவர்கள் விளையாட்டுக்கும் இதற்கும் வித்தியாசமில்லை, கத்தி, துப்பாக்கிகள்தான் நிஜம். ரத்தம் நிஜம். செத்தல் நிஜம்.

என்ன சொல்ல வந்தேன் - நடேசன்! ஆம். அவர்தான் என்னை அனுப்பிவைத்தார். 'அந்த வேலை ஒரு ரொட்டீன், மாமூல்தான். ஆனால் முக்கியமான ரொட்டீன். அதனால்தான் என்னை அனுப்புகிறேன் என்றார். ஐஸ்தான். நடேசன் மிகப் பெரிய ஆள். கூர்மையான புத்தி. அவர் மாதிரி சர்க்காரில் மூன்று நான்கு ஆபீசர்கள் இருந்தால் போதும். சர்க்கார் உருப்பட்டு விடும். தற்போது சர்க்கார் உருப்படாததற்குக் காரணம் அவர் மாதிரி ஒருத்தர்தான் இருப்பதால். பொலிட்டிகல் இன்டலிஜென்ஸ் பற்றி அவர் பேசுவதை ஞாயிற்றுக்கிழமை பூராவும் கேட்கலாம். கேட்டிருக்கிறேன்.

எனவே, பாலம் விமான நிலையத்தில் காத்திருக்கிறேன்.

விமான நிலையம் ஒரு வினோதமான இடம். பணக்காரர்கள் பிரியும், சேரும் இடம். பணக்காரர்கள் அழுவதை இங்கேதான் பார்க்கலாம். அதோ பாருங்கள்; அந்த இளைஞன் நெற்றியில் குங்குமம் அணிந்துகொண்டு புது சூட்டில் ஃபாரின் போகிறான். அவனைச் சுற்றி ஒரு பரிவாரமே கண்ணை ஒத்திக்கொள்கிறது.

மாலை போடுகிறார்கள். ப்ளாஷ்சிடுகிறார்கள். அவன் அவசரமாக மணந்த அந்தப் பெண் ஜரிகைப் புடைவையின் நிழலில் பவுடர் கரையாமல் அழுகிறாள்.

ஒலி பெருக்கியில் அடிக்கடி குரல் மாறிக்கொண்டிருக்கிறது; லுஃப்தான்ஸா வருகிறது! அலிடாலியா போகிறது! ஏர் இண்டியா தன் பிரயாணிகளை கஸ்டம்ஸ் பலிக்கு அனுப்புகிறது.

'எக்ஸ்க்யூஸ் மீ' என்று என் முதுகுப் பக்கம் பெண் குரல். அந்த 'எக்ஸ்க்யூஸ் மீ' எனக்கு 'ஆரஞ்ச் ஜூஸ் மீ' போல இனிமையாக ஒலித்தால் திரும்புகிறேன். அழகான பெண். அவள் அழகாக இருந்தாள் என்று மட்டும் சொன்னால் அது இந்த வருஷத்தின் மகத்தான அண்டர்ஸ்டேட்மெண்ட். அடேயப்பா என்ன கண்கள்! அடுத்த சில வரிகளை விரயம் செய்து அவள் கண்களை வர்ணிக் கலாம். கறுப்பும் இல்லை; ப்ரௌனும் இல்லை, பிரம்மா அல்லது அவள் பெற்றோர்கள் தடுக்கி விழுந்த மகத்தான கலவை. மை விளம்பரக்காரர்களின் ஆதர்சம். அவள் உடலின் மற்றப் பகுதிகள் மிகவும் ஈர்ப்புத் தன்மை வாய்ந்ததாக இருந்தாலும் அந்தக் கண்கள் அதை எல்லாம் வென்று என் கவனத்தைத் தம்மிடமே சுயநலமாக நிறுத்திக்கொள்ளும் இயல்பு பெற்றிருந்தன. சென்ற வாக்கியம் எவ்வளவு தடுமாறுகிறது பாருங்கள். அவள் கண்கள்தான் காரணம்!

என்னுடன் பேசினாள். 'ஃப்ளைட் நம்பர் 406 வந்துவிட்டதா?'

'வரவில்லை. நானும் அதற்காகத்தான் காத்திருக்கிறேன்' என்றேன். அந்தக் கண்கள்தான். இல்லாவிட்டால், 'நான் ஒன்றும் ஐ.ஏ.ஸி. என்க்வய்ரியைச் சேர்ந்தவனில்லை' என்று பதில் அளித்திருப்பேன்.

'தாங்க் காட். ஐ ஜஸ்ட் மேட் இட்' என்றாள்.

'தாங்க் காட்' என்றேன் நானும். அவள் கவனிக்கவில்லை. கூட்டத்தைப் பார்த்தாள். அந்த இளைஞன் (ஃபாரின்) மேலும் மலர் மாலைகள் அணிந்துகொண்டிருந்தான். நான் அந்தப் பெண்ணைக் காதலிக்கலாமா என்று யோசித்தேன். அவள் ஆர்வத்துடன் அந்தப் பிரிவுபசாரத்தைக் கவனித்தாள். அவளை நான் கவனிக்க சந்தர்ப்பம் தந்தாள். எனக்குக் கொஞ்சம

அவகாசமும் மூடும் இருக்கும்போது, என் தமிழ் கொஞ்சம் திட்டப்பட்டபின் அவளை அழகாக வர்ணிக்க கீழ்க்கண்ட இடத்தை ரிசர்வ் செய்திருக்கிறேன்!

அவளுடன் மேலே பேச விஷயம் தேடுவதற்குள் அவள் இயல்பாக நழுவி, காத்திருந்த மற்றவர்களுடன் கலந்தாள். கலந்தும் அவள் தனியாகத் தெரிந்தாள். மார்ஜீன் விளம்பரம் ஒட்டிய கண்ணாடியில் தன்னை பாதி செகண்ட் பார்த்துக் கொண்டு தன் தலையின் அமைப்பைச் சில செண்டிமீட்டர்கள் மாற்றிக்கொண்டாள். புத்தகக்கடையில் சில முதல் பக்கங்களைப் புரட்டினாள். அங்கேயிருந்து திரும்ப ஒரே ஒரு தடவை என்னைப் பார்த்தாள். நான் சிரிக்க முயல்வதற்குள் அவள் பார்வை திசை மாறிவிட ஒலிபெருக்கி நான் காத்திருந்த ஃப்ளைட்டை அறிவிக்க, என் ஞாபகத்தில் டாக்டர் ராமச்சந்திரன் கழுத்தில் 'கடமை' என்று போர்டு அணிந்துகொண்டு குறுக்கிட... நடந்தேன் முகப்புப் பக்கம்.

ரன்வேயின் கார்த்திகை தீப வரவேற்பு. இரட்டைக் கோடுகள். ஏரோட்ரோமின் பீக்கன் விளக்கு பளிச்-வெள்ளை பளிச்-பச்சை என்று மாறி மாற, காரவெல் தன் மூன்று விளக்குகளுடன் தெப்பம் போலச் சரிய, மெதுவாக மெதுவாக டயர் கான்க்ரீட் முகத்தை நோக்கி இறங்க, விமானம் தொட்டது, தொடர்ந்தது, தயங்கியது, நின்றது, திரும்பியது, ஊர்ந்தது, ரன்வேயை விட்டு விலகி என்னை நோக்கி வந்தது. கால் வட்டம் திரும்பி ஜெட் சீட்டியைத் தணித்துக்கொண்டு நின்றது.

கம்பெனிக்காரர்கள் புடைசூழ்ந்தார்கள். கதவு திறந்து ஏணிப்படி இறங்கி பிரயாணிகள் ஒருவர் ஒருவராக உதிர்ந்தார்கள்.

நடேசன் சொல்லியிருக்கிறார், வருகிற டாக்டர் ராமச்சந்திரன் நல்ல, உயரமான, கண்ணாடி அணிந்த 36 வயது ஆசாமி என்று. வந்த சுமார் அறுபது பேரில் நல்ல உயரமான கண்ணாடி அணிந்த 36 வயது ஆசாமி ஒருத்தர்தான் இருந்தார். அவரை அணுகி, 'டாக்டர் ராமச்சந்திரன்?' என்றேன்.

'சாட்சாத்' என்றார்.

'உங்களுக்குஹோட்டல் ஜன்பத்தில் ரூம் தயாராக இருக்கிறது. ட்ரான்ஸ்போர்ட் தயாராக இருக்கிறது' என்றேன்.

'மைட்டி குட்' என்றார்.

'உங்கள் பேக்கேஜ் டிக்கெட்டைத் தருகிறீர்களா!'

'பெட்டி, படுக்கை ஒன்றும் கிடையாது. இந்த ப்ரீஃப்கேஸில் தான் சகலமும்' என்றார். மேலும், 'நான் ஒரு டெரிலின் மனிதன்' என்று சுலபமாகச் சிரித்தார். அவர் ஒரு எக்ஸ்ட்ரோவர்ட் என்று நினைத்தேன்.

'அமர்ஜித் சிங் வந்திருக்கிறாரா?' என்று கேட்டார்.

'அமர்ஜித் சிங் யார்?' என்று கேட்டேன்.

'நீங்கள் டிபார்ட்மெண்டிலிருந்து இல்லையா?' என்றார்.

'இல்லை' என்றேன்.

'நீங்கள் யார்?' என்றார்.

'டாக்டர், என் வேலை உங்களை அழைத்துச் சென்று ஓட்டல் ஐன்பத்தில் விடவேண்டியது. அவ்வளவுதான். அதற்கப்புறம் நாம் பிரிகிறோம்' என்றேன்.

அவர் நிதானமாக விசில் அடித்தார். 'என்ன இது! நான் அவ்வளவு முக்கியமானவனா என்ன? 'கிளாஸ், ஹாண்டில் வித் கேர்' என்று என்மேல் எங்கேயாவது எழுதியிருக்கிறதா?'

'உங்கள் முக்கியம் உங்களுக்கே தெரியும்...'

'நீங்கள் என்ன எதிர்பார்க்கிறீர்கள்; என்னை யாராவது 'ப்ருத்விராஜ்' செய்யப்போகிறார்கள் என்றா? அதெல்லாம் இந்தத் தேசத்தில் நடக்கிறதா என்ன?'

'நடக்கலாம்.'

'உங்கள் பெயர் என்ன, ஜேம்ஸ் பாண்டா?'

நான் அரை செகண்டில் பாதி புன்னகைத்துவிட்டு, 'டாக்டர், இப்போது ஜேம்ஸ் பாண்ட் எல்லாம் பழசாகிவிட்டது' என்று சொல்லிவிட்டு என் பெயரைச் சொன்னேன்.

நாங்கள் நடந்தோம். என்ன பேசுவது?

'டாக்டர், எனக்கு நாற்பது நாளைக்கு ஒரு தடவை ஒரு தலைவலி வருகிறது; உடைக்கிறது. அதற்கு ஏதாவது மருந்து...'

'எனக்குக்கூட வருகிறது. இன்டெலெக்சுவல்ஸுஃக்கு வரும் மைக்ரேன் அது! ஆனால் இதில் ஒன்று! நான் ஒரு மருந்து டாக்டர் என்று நீங்கள் எண்ணிக்கொண்டிருந்தால் இப்போதே திருத்தி விடுகிறேன். நான் டாக்டர் பட்டம் வாங்கியது நியூக்ளியர் ஃபிஸிக்ஸில்.'

'அஃப்கோர்ஸ்!' என்று சமாளித்துக்கொண்டேன்.

'ஆனால் என்னை ஏதோ ஸ்பெஷல் ஆசாமி என்று எண்ணிக் கொள்ளாதீர்கள். என்னதான் சயன்ஸ் படித்தாலும் எனக்குப் பிடித்தவை ப்ரிட்ஜ், ஜேம்ஸ் ஹாட்லி சேஸ், டில்லிப் பெண்கள்' என்று, சென்ற ஒரு பெண்ணை நின்று முறைத்து விட்டு என்னைத் தொடர்ந்தார். நான் அவரை விரும்ப ஆரம்பித்தேன்.

ஸ்டேஷன் வாகனில் சாவியைப் பொருத்தி கியரில் இறங்கினேன். விமான நிலையத்திலிருந்து வெளிப்பட்டோம். நவீன விமான நிலைய டெர்மினலை விட்டதும் உடனே ஒரு பழைய கோட்டை. ஏதோ ஒரு இடைக்கால சுல்தானின் முயற்சி. பெரிய பெரிய விளம்பர போர்டுகள் அம்ருத பஜார் பத்ரிகா படிக்கவும், எச்.எம்.வி. ரெகார்ட்கள் வாங்கவும், மைக்கோ ஸ்பார்க் பிளக்குகளை உபயோகிக்கவும், ஹெட்லைட் வெளிச்சத்தில் வற்புறுத்தின. இனிய இரவு. நிலா ஓவர்டைமில் வெளுத்து வாங்கிக்கொண்டிருந்தது. ராமச்சந்திரன், 'டில்லி மாதா-மாதம் மாறுகிறது' என்றார். ஆமோதித்தேன்.

நேராகச் சென்றோம். தவ்லா குவான் திருப்பத்தில் பெரிய சுற்றுச் சுற்றி வல்லபபாய் படேல் ரோடில் திரும்ப ஓடித்தபோது நான் விமான நிலையத்தில் பார்த்த அந்தப் பெண்ணை மறுபடி பார்த்தேன். கைக்குட்டையை ஆட்டினாள். பக்கத்தில் ஒரு ஸ்டாண்டர்ட் நின்று கொண்டிருந்தது. அதன் பானட் ஆதிசேஷன் போலப் படம் எடுத்திருக்க அதனுள் ஒருவன் டார்ச் அடித்துப் பார்த்துக்கொண்டிருந்தான்.

'யூ மஸ்ட் ஸ்டாப். ஷீ இஸ் வெரி ப்ரெட்டி' என்றார் ராமச் சந்திரன்.

நான் நிறுத்தினேன்.

நிலா வெளிச்சத்தில் அவள் எங்களை நோக்கி வந்தாள். 'எங்கள் கார் ப்ரேக்டவுன் ஆகிவிட்டது. விஆர் இன் எ மைட்டி ஹர்ரி. தயவுசெய்து என்னை வெலிங்டன் அருகில் கொஞ்சம் விட்டுவிடுங்கள். ப்ளீஸ்' என்றாள்.

'ஷ்யூர், ஹாப் இன்' என்றேன். கதவைத் திறந்தாள்.

அப்போதுதான் நான் தாக்கப்பட்டேன். இரண்டு பேரோ மூன்று பேரோ என்மேல் பாய்ந்தார்கள். என் பின் மண்டையில் வெடித்தது. நான் இழுபட்டேன். தார்ச் சாலையில் விழுந்தேன். என்னை இழுத்தவனை வளைந்து திரும்பி காலை வாருவதற்குள் மறுபடி அடிபட்டேன். மறுபடி அடித்தார்கள். மறுபடி... மிக வேகமாக என் நினைவு நழுவிக்கொண்டிருக்க, அந்த மிகச் சிறிய கணத்தில் என்னை நிறுத்திய பெண்ணை முயன்று ஞாபகத்தில் பதியவைக்க முயற்சித்தேன். நான் நினைவிழந்தேன்.

நான் முழுவதும் நினைவிழக்கவில்லை. ஸ்டேஷன் வாகனை நிறுத்திய கணத்திலிருந்து என்னுள் ஏதோ ஒன்று, 'நான் கடமை தவறப்போகிறேன்' என்று தூரத் தில் சிவப்பு விளக்கு போட்டுக் காட்டியிருக்க வேண்டும். என்மேல் பாய்ந்தவர்களைத் திருப்பித் தாக்க வசதி இல்லாதபடி அடிபட்டு விழுந்து சில கணங்கள் பாதி நினைவிழந்து திரும்ப எழுந்தபோது நான் மட்டும் தனியாக நின்றேன். கார் இல்லை. ஸ்டேஷன் வாகன் இல்லை. ராமச்சந்திரன் இல்லை. நான் மட்டும்தான். வேறு ஒருவரும் இல்லை. மஹ்ஹா ஸில்லியாக உணர்ந்தேன். பின் மண்டையில் புடைத் திருந்த இடத்தை தடவிக்கொடுத்தேன். 'பிங்' என்று வலி ஒலித்தது. முகவாயில் வேறு தனியாக வலித்தது. தொட்டதில் ரத்தம் தெரிந்தது. உடம்பின் ஒவ்வொரு பகுதிக்கும் என் கவனத்தைத் திருப்பும்போது அங் கங்கே வலித்தது. கோபம் வந்தது. தெளிவில்லாத கோபம். யார் அவள்? என்ன செய்யவேண்டும்.

நடக்க ஆரம்பித்தேன். இல்லை, ஓட ஆரம்பித்தேன். முதலில் என் மேலதிகாரிக்குத் தெரிவிக்கவேண்டும். தூரத்தில் ஜோதியாக வந்துகொண்டிருந்த ஒரு காரை வேகமாகக் கையை ஆட்டி நிறுத்த முயற்சித்தேன். 'ஷ்ஹா' என்று காற்றாக என்னைத் தாண்டிச் சென்றது. யா-ரும் நிறுத்த மாட்டார்கள். என்னைப்போல் முட்டாள்தான் நிறுத்துவான்.

ஓடினேன். நடேசனுக்குத் தெரிவிக்கவேண்டும்.

நடேசன் இந்த ராத்திரி வேளை என்ன செய்துகொண்டிருப்பார்? இந்துஸ்தான் டைம்ஸில் ஞாயிறு வந்த செஸ் சிக்கலை போர்டில் காய்களை வைத்து யோசித்துக்கொண்டிருப்பார். அவரைக் கலைத்து, 'சார் பட்சி பறந்துவிட்டது' என்று சொல்லவேண்டும். எப்படிச் சொல்லப் போகிறேன்? மேலதிகாரி கோபக்காரர்.

ஒரு ஃபர்லாங்கில் ஒரு டூரிஸ்ட் டாக்ஸி ஸ்டாண்ட் இருந்தது. அதில் டெலிபோன் தெரிந்தது. கட்டிலில் படுத்திருந்த சர்தார்ஜியைப் பார்த்து, 'மகராஜ்! கொஞ்சம் டெலிபோன்' என்று சொல்லி நேராக டெலிபோனைப் பற்றி, டைரக்டரியில் இல்லாத அந்த நம்பரைச் சுற்றினேன்.

அந்தப் பக்கம் அடித்தது உடனே. எடுத்து உடனே, 'எஸ்!' என்றார். அயர்ந்துவிட்டேன். அந்தச் சிறிய 'எஸ்'ஸில் எவ்வளவு அதிகாரத்தைக் காட்டினார்! பேசுபவன் ஒரு முழுமையான சர்க்கார் ஆசாமி; கற்றுக் குட்டிகளுக்குச் சமயமில்லாதவன்; தவறுகள் செய்யாதவன் - எல்லாவற்றையும் காட்டும் 'எஸ்'.

நேராகச் சொன்னேன். பேசுவது நான் என்று அறிவித்தேன். 'டாக்டர் ராமச்சந்திரன் ஃப்ளைட் எண் 406-ல் வந்து சேர்ந்தார். அவருடன் ஸ்டேஷன் வாகனில் வரும்போது தவ்லா குவான் சக்கரத்தில் வல்லபபாய் படேல் ரோடின் முகப்பில் நாங்கள் நிறுத்தப்பட்டோம். நான் மூன்று அந்நியர்களால் மோசமாகத் தாக்கப்பட்டேன். ராமச்சந்திரன், நம் ஸ்டேஷன் வாகன் நம்பர் டி.எல்.கே. 3647 இவற்றுடன் அவர்கள் ஓடிவிட்டார்கள்.'

'வ்வாட்' என்றார். அந்த 'வாட்'டில் டெலிபோன் எக்ஸ்சேஞ்சில் நிச்சயம் பாட்டரி வீக்காகி இருக்கும். கம்பி வழியாகக் காதில் சுட்ட சரியான கிலோவாட்.

'எஸ் சார்?'

'கடத்தப்பட்டாரா?'

'எஸ் சார்'

'நீ என்ன செய்தாய்? பார்த்துக்கொண்டிருந்தாயா? ஏன் வண்டியை நிறுத்தினாய்?'

'ஒரு பெண்...'

'ஓ காட், ஆல்வேஸ் எ கர்ல்!'

'சார், லெட் மி எக்ஸ்ப்ளெயின்...'

'எக்ஸ்பிளனேஷன் எல்லாம் நாளைக்காலை பத்து மணிக்கு. யூ ஃபூல், உனக்குத் தெரியுமா, இந்தச் சம்பவத்தின் அர்த்தம் என்ன என்று? எங்கிருந்து பேசுகிறாய்?'

'ஒரு டாக்ஸி ஸ்டாண்டிலிருந்து.'

'டாக்ஸி பிடித்து நேராக இங்கு வீட்டுக்கு வா. நமக்கு ஒரு பெரிய ராத்திரி பாக்கி இருக்கிறது. ஐ திங்க் யூ ஆர் எ ஸில்லி ஃபூல்! உடனே வா!' டெலிபோனை வெட்டிவிட்டார். சாதாரணமாக அவர் ஃபூல் போன்ற வார்த்தைகளைக்கூட உபயோகிக்க மாட்டார். அவ்வளவு மென்மையானவர்.

இதுவரை என்னையே பார்த்திருந்த டாக்ஸி ஸ்டாண்ட் சர்தார், 'மகராஜ், நீங்கள் யார்?' என்று கேட்டான்.

'நான் சர்க்கார். மகராஜ், டாக்ஸியை எடு!' என்றேன்.

நான் சென்றபோது அவர் வீட்டு முன் அறையில் வெளிச்சம் இருந்தது. 'நேராக வா, கதவு திறந்திருக்கிறது' என்றார். நுழைந்தேன். என்னைப் பார்க்கவில்லை. டெலிபோனில் சொன்னார். 'ஸ்டேட் அர்ஜண்ட் கால், பம்பாய்க்கு... லைன் ஃப்ரீயாக இல்லை என்றால் வெட்டுங்கள்' என்றார், என்னை இப்பொழுதுதான் பார்த்தார். 'உன்னைத் தாக்கிய ஆட்கள் யார்?' என்றார்.

'சார்?'

'யார் உன்னை அடித்தார்கள்? வர்ணி அவர்களை. எவ்வளவு பேர் இருந்தார்கள்?'

'கவனிக்கவில்லை சார். பின்னாலிருந்து தாக்கப்பட்டேன். ராத்திரி வேறு!'

'பின்னாலிருந்து தாக்கும்வரை அந்தப் பெண்ணைப் பார்த்துக் கொண்டிருந்தாயா?'

'உண்மையைச் சொல்வதென்றால், ஆமாம் சார். நான் நிறுத்தி யிருக்கக் கூடாது. ராமச்சந்திரனும் நிறுத்தச் சொன்னார்.'

'வெட்கமாயில்லை. அவர் யார் உன்னை ஆர்டர் செய்வதற்கு? மை காட், யூ ஆர் ஏ ராட்டன் சர்வீஸ் மான் ஐ ஸே!'

'ஒப்புக் கொள்கிறேன்.' விஷயம் நிஜமாகவே தீவிரமாக இருக்கவேண்டும்.

'நான் சொல்வதற்கெல்லாம் ஒப்புக்கொண்டு எதிரே நிற்கிறாய். ஏதாவது செய், போ! போ! அந்த டாக்டர் ராமச்சந்திரனை மீட்டுக்கொண்டு வா.'

நான் பயத்துடன் சிரித்தேன்.

'சிரிக்கிறாய்.'

உறைந்தேன். டெலிபோன் அடித்தது.

'எஸ். பாம்பே! எஸ் டாமிட், ஐ வாண்ட் ஹிம்! ஹல்லோ? குட் ஈவினிங்... நான் நடேசன். நாம் சந்தித்திருக்கிறோம். உங்களை இந்த வேளையில் டிஸ்டர்ப் பண்ணுவதற்கு மன்னிக்கவும் டாக்டர் ராமச்சந்திரன்... பார்டன்! ஓ எஸ். வந்து சேர்ந்தார், பத்திரமாக!' என்னைப் பார்த்தார். டெலிபோனில் தொடர்ந்தார். 'எனக்குத் தெரியவேண்டியது, அவரிடம் சம்பந்தப்பட்ட காகிதங்கள் இருந்தனவா?'

மௌனம்.

பம்பாயிலிருந்து வந்த பதில் அவர் காதில் மட்டும் கேட்கும் மௌனம். அவர் முகத்தில் பக்கவாட்டு நரம்புகள் மட்டும் இயங்கிக்கொண்டிருந்தன. சிரித்தால் அவர் முகத்தில் ஏற்படும் கோடுகள் அழகாக அமையும் சிரிக்கவில்லை... எவ்வளவு விரும்பினேன், பம்பாயிலிருந்து முக்கியமான காகிதங்கள் ஒன்றும் வரவில்லை என்று பதில் வரட்டும் என்று. கடவுளே இது என் முதல் தப்பு. இனி எலிஸபெத் டெய்லர் வந்தால்கூட நிறுத்தமாட்டேன். நடேசன் டெலிபோனிடம் சொன்னார். 'நோ நோ, நத்திங் ராங். ஒன்றும் வித்தியாசமாக நடக்கவில்லை. ஒரு ரொட்டீன் என்க்வயிரி. ஆம், அவர் பத்திரமாக வந்து சேர்ந்தார். நான் ஸ்பெஷலாக என் ஆபீசரை அனுப்பிவைத்திருந்தேன். வேறு ஒன்றும் இல்லை. குட் நைட்.' நான் இந்தப் புள்ளியிலும்

சிறிதாக உணர்ந்தேன். 'என் சாமர்த்தியமான ஆபீசர் எதிரே நிற்கிறார். தோற்றுவிட்டு நிற்கிறார். மிகச் சுலபமான ஒரு காரியத்தை மிகச் சிக்கலானதாகச் செய்துவிட்டார் என்று அவர்களுக்குச் சொல்வதா?' என்று ஆணியடித்தார்.

'என்ன நடந்தது? ஒன்றுவிடாமல் சொல். அந்தப் பெண்...'

'ஐந்தடி ஆறு அங்குலம்; கறுப்பும் ப்ரௌனும் கலந்த கண்கள். அவளை என்னால் மறக்க முடியாது.'

'இருட்டில் அவள் கண்களில் கலர் தெரிந்ததா? நீ என்ன பூனையா அல்லது ஆந்தையா?'

'இல்லை சார். முதலில் பாலம் விமான நிலையத்தில் அவளைப் பார்த்தேன்.'

'அப்படியா? இரண்டாவது சந்திப்பா? புரிகிறது. நீ என்ன மாதிரி சர்வீஸ் ஆசாமி! ஒரு மிகச் சாதாரணமான வேலை. உன் தொழிலில் எலிமெண்டரி வகுப்பில் சொல்லிக்கொடுக்கும் வேலை. எல்.எஸ். அண்ட் பி. உள்ளே விழுந்திருக்கிறாய். நீ பென்சில் சீவத்தான் லாயக்கு. அதைவிடச் சற்று சிக்கலான வேறு எந்த வேலைக்கும் லாயக்கில்லை. ஒரு பெண் கையைக் காட்டி னாள். நிறுத்தினாய். கிங் ஆர்தர் காலத்தில் இருக்கவேண்டியவன் நீ. நைட்கள், குதிரைகள், சாஸ்டிடி பெல்ட் அண்ட் ஆல் தட்.'

'சார்! இந்த டாக்டர் ராமச்சந்திரன் கடத்தப்பட்டது எவ்வளவு தீவிரமான விஷயம்?'

'கடாஸ்ட்ரஃபி! நாளைக் காலைக்குள் அவரைக் கண்டுபிடித்தாக வேண்டும்.'

'நாளைக் காலைக்குள்?'

'ஆம். மறுபடி சர்க்கார் காரியாலயங்கள் திறப்பதற்குள்.'

'யார் இந்த டாக்டர் ராமச்சந்திரன்?'

நடேசன் களைத்திருந்தார். நிஜமாகவே அவர் கண்கள் தூக்கம் கெஞ்சின. என்னால்தான் எல்லாம். என்ன செய்யப் போகி றோம்? நாளைக் காலைக்குள்; நாளைக் காலைக்குள்! எப்படிச் சாத்தியம்?

நடேசன் சொன்னார்: 'டாக்டர் ராமச்சந்திரன் ஏ.இ.சி.யில்* டாப் விஞ்ஞானி. எக்ஸ்பெரிமெண்டல் ரியாக்டரில் வேலை செய்பவர். டாக்டர் ராமச்சந்திரனைவிட அவர் இன்று கொண்டுவந்த காதிதங்கள் மிக முக்கியமானவை. விவரமாகச் சொல்கிறேன் கேள். அப்போதாவது நீ செய்த காரியத்தின் தீவிரம் புரியும். ஏன் உன்னை அனுப்பி வைத்தேன், இவ்வளவு சில்லறை விஷயத் துக்கு என்பதும் புரியும்.

'நாமெல்லாம் சர்க்காரைச் சேர்ந்தவர்கள். சர்க்காரை நடத்துவது பார்லிமெண்ட். லோக் சபா. லோக் சபாவின் அனுமதி இல்லாமல் அரசாங்கம் எந்தவிதப் பெரிய மாறுதலையும் செய்ய முடியாது. இருந்தாலும் சில விஷயங்களில் சில டிபார்ட்மெண்டு கள் ஒருவித எல்லைவரை செயல்படும். ஏன், சில சமயங்களில் அந்த எல்லைகளைக் கொஞ்சம் மீறிவிடும். மீறுவது நாட்டின் நன்மைக்காக. மீறுவதை ரகசியமாக வைத்தால் போதும். அந்த ரகசியங்களை எல்லாம் பாதுகாக்க நாம் இருக்கிறோம்.

'அணுசக்தியை எடுத்துக்கொள். அணுசக்தியை சமாதான வழியில் பயன்படுத்த நம் அரசாங்கம் நிறையச் செய்திருக்கிறது. தாராபூர் மின்சாரம், ஐஸடோப் ஆராய்ச்சிகள், விவசாயத்துக்கு, வைத்தியத்துக்கு எல்லாவற்றுக்கும் உபயோகப்படுத்துகிறோம். மேலும் பல சர்வதேசக் கூட்டங்களில் அணுசக்தியை ஆக்க வழியில் உபயோகப்படுத்துவது பற்றி அடித்துப் பேசுகிறோம். இருந்தாலும், நமக்கு எதிரிகள் இருக்கிறார்கள். சீனா, பாகிஸ் தான் இருவரும் அணுசக்திக்கான வாய்ப்பு உள்ளவர்கள். முக்கியமாக சீனா. அவர்களுக்கு எந்தவிதமான மனசாட்சியும் கிடையாது. அவர்கள் அணுசக்தியை குண்டாக வெடிக்கிறார் கள். பாகிஸ்தானிடம் பரிசோதனை ரியாக்டர் இருக்கிறது. பாகிஸ்தானுக்கும் அணுகுண்டு தயாரிப்பதற்கான வசதிகள் எல்லாம் இருக்கிறது.

'நாம் பேசிக்கொண்டே இருக்கிறோம். நம்மைச் சுற்றி உள்ளவர் கள் அதிகம் பேச மாட்டார்கள். நாம் அவர்களைப் போல் அணு குண்டு தயாரித்து வெடிக்க முடியாது. அதற்கு சக்தி இருந்தாலும் அது நம் அரசாங்கத்தின் மனசாட்சிக்கு, கொள்கைக்கு எதிரானது. இருந்தும் நம் எதிரிகள் தங்களைத் தயார்ப்படுத்திக்

---

* அடாமிக் எனர்ஜி கமிஷன்

கொண்டிருக்கும்போது நாம் தூங்கக்கூடாது. அதனால்தான் சில டிபார்ட்மெண்டுகளில் வரம்பைச் சற்று மீறுகிறோம். எந்த டிபார்ட்மெண்டுகள் என்று உனக்குச் சொல்லத் தேவையில்லை. எப்படி என்று சொல்கிறேன்.

'சமீபத்தில் ஏ.இ.சி.யை நாம் ஒரு ப்ளூ பிரிண்ட், ஒரு திட்டம் தயாரிக்கச் சொன்னோம். யாரிடமெல்லாம் அனுமதி பெற வேண்டும் என்றெல்லாம் விஞ்ஞானிகள் கவலைப்பட வேண்டியதில்லை. வெடிப்பதாக இருந்தால், ஸே ஒரு 20 கிலோ டன் அணுகுண்டு* தயாரிப்பதற்கான முழு விவரங்களையும் தயாரிக்கச் சொன்னோம். அது ஒரு விதமான தயார்தான். எல்லாம் பேப்பர், சித்திரங்கள், வாக்கியங்கள் எல்லாம்... கடைசி ஸ்குரு ஆணி வரை விவரம் கொண்ட ஒரு முழு ரிப்போர்ட் கேட்டோம்.

'வெடிக்கப் போகும் பிரதேசம், டெலிவரி என்ன, டிரிக்கர் மெகானிசம், எக்ஸ்பிளோஸிவ் சார்ஜ் என்ன, கேஸிங்கின் வடிவம் என்ன, ஃபிஷன் மெடீரியல் என்ன, நியூட்ரான் ரிஃப்ளக்டர் என்ன... சர்க்கார் அதை இன்று வெடிப்பார்களோ அடுத்த வருஷம் வெடிப்பார்களோ அல்லது வெடிக்காமலே விட்டுவிடுவார்களோ, ஏ.இ.சி.யைப் பொருத்தவரை வெடிப் பதற்கான தீர்மானம் ஏற்பட்டபிறகு எப்படித் தயார் செய்ய வேண்டும் என்று ஒரு கற்பனைக் குண்டுக்கான, எந்த நேரமும் நிஜமாகக்கூடிய முழுத் தயார்நிலை குண்டுக்கான ஒவ்வொரு சிறிய விவரமும் கொண்ட ரிப்போர்ட்டைக் கேட்டோம். ஏ.இ.சி அதை முடித்து இன்று அனுப்பி வைத்தது. டாக்டர் ராமச்சந்திரன் மூலம்! டாக்டர் ராமச்சந்திரன் ப்ரீஃபேஸ் கொண்டு வந்திருந்தார் அல்லவா?'

'ஆம்!' என்றேன்.

'அதில்தான் அந்தக் காகிதங்கள் இருந்திருக்கின்றன. விஞ்ஞானி யையும் தொலைத்திருக்கிறாய்; விஞ்ஞானத்தையும் தொலைத் திருக்கிறாய்!'

'ஓ நோ!'

---

* 20 கிலோ டன் என்றால் 20,000 டன் அளவு டி.என்.டி. என்கிற வெடி மருந்தின் சக்திக்குச் சமம். சாதாரணமாக பிளேனிலிருந்து எறியப்படும் குண்டுகளில் மிகப் பெரிய அணுகுண்டு, ஹைட்ரஜன் குண்டுகளின் சக்தி மெகா டன் அளவில் செல்லும். மெகா என்பது 1,000 கிலோ டன்கள்.

'இப்போது தெரிகிறதா, அவரை நான் காலைக்குள் கண்டுபிடிக்க வேண்டும் என்று அவஸ்தைப்படுவதன் காரணம்? அது எல்லாமே ஒரு டாப் சீக்ரெட். மிகத் தேர்ந்தெடுத்த ஆறு ஏழு பேர்களுக்கு மட்டும் தெரிந்தது. டில்லியில் மூன்று பேருக்குத் தான் தெரியும். இப்போது நான்கு, உன்னையும் சேர்த்து. வெளியில் லீக் ஆகாதவரை நாம் எவ்வளவோ சுலபமாகச் செயல்படலாம். லீக் ஆகிவிட்டால்...'

அவர் தன் கைக்குட்டையை எடுத்துத் துடைத்துக்கொண்டார். 'கெட் தி கமிஷனர்' என்றார். என் விரல்கள் நடுங்கின. நான் டயலைப் பற்றி அந்த எண்களை விடுவித்தேன். கிடைக்க வில்லை. அவர் தொடர்ந்தார்: 'அதற்காகத்தான் உன்னை அனுப்பிவைத்தேன். நான் அதை எதிர்பார்க்க வேயில்லை. அவர் வருகை என்னையும் தயாளையும் தவிர வேறு யாருக்கும் தெரிந்திருக்க சந்தர்ப்பமே கிடையாது. பத்து லட்சத்தில் ஒரு சான்ஸாக அது சாத்தியம் என்று எண்ணினேன். அப்படிச் சாத்தியமாக இருந்தாலும் தவிர்ப்பதற்காக உன்னை அனுப்பி வைத்தேன்... சே! என்ன செய்யப் போகிறேன்!' டெலிபோனை எடுத்து டயல் செய்து வைத்தார். மீண்டும் கிடைக்கவில்லை. தொடர்ந்தார். 'மை டியர் பிரண்ட்! டாக்டர் ராமச்சந்திரன் இன்று கொண்டுவந்த காகிதங்கள் தவறான கைகளில் கிடைத்தாலோ அல்லது நாளைக்குள் அவரை நாம் மீட்காவிட்டாலோ இந்த அரசாங்கம் ராஜினாமா செய்துவிடும்படி ஆகிவிடும். உனக்கு வேலை போய்விடும். எனக்கு வேலை போய்விடும். நம் டிபார்ட்மெண்டையே கலைத்துவிடுவார்கள். பார்லிமெண்டில் பிய்த்து உதறிவிடுவார்கள்... எவ்வளவு மகத்தான காரியம் செய்துவிட்டாய்; சந்தோஷமாக இருக்கிறதா?'

'தட் ஸீரியல்?' என்று கேட்டேன்.

'ஆம்.'

'சார், நான் புகை பிடிக்கலாமா?'

'கோ அஹட்' என்று சொல்லிவிட்டு, டெலிபோனை எடுத்து, டயல் செய்யாமல் யோசித்தார். 'நான் நினைத்தேன், நீ பொறுப்புள்ளவன் என்று.'

சிகரெட் நடுங்கியது. ஏதாவது சொல்லவேண்டும்; செய்ய வேண்டும். காலம் விரயமாகிறது. அந்த மகத்தான தப்பு ஏற்பட்டு விட்டது. அவர் ஏன் யோசிக் கிறார்? அவருக்கும் என்ன செய்வது என்று தெரியாத சங்கட நிலை இருக்கவேண்டும். எந்தவித பப்ளிசிடியும் கொடுக்காமல் தொலைந்துபோன ஒரு ஆளைத் தேடவேண்டும்.

நான் அவரைக் கேட்டேன். 'சார், உங்களுக்கு ஏதாவது ஐடியா இருக்கிறதா, யார் கடத்தி இருப்பார்கள் என்று?'

'சர்க்கார் ரகசியங்களில் ஆர்வமுள்ளவர்கள் டில்லியில் நிறைய இருக்கிறார்கள்.'

'என் ஊகம் இது. கடத்தியவர்கள் மறுபடி நம்முடன் தொடர்பு கொள்வார்கள் - என்னிடமோ உங்க ளிடமோ...'

'எதற்கு?'

'பணத்துக்கு.'

'பாஸிபிள். ஆனால், இந்த வேலையைச் செய்தவர்கள் பணத்தை விட அந்தக் காகிதங்களை விரும்புகிறவர்களாக இருக்கலாம் என்று எனக்குப் படுகிறது.'

'அவற்றை என்ன செய்வார்கள்?'

'ஒரு எம்பஸி அல்லது ஹைகமிஷனுக்கு விற்கலாம்.'

'பணத்துக்கு அல்லவா?'

'ஆம்.'

'ஆதலால் அதிக விலை கொடுப்பவர்களுக்கு விற்கலாம் அல்லவா?'

'ஐ கெட் யுவர் பாயிண்ட். விற்கிற பட்சத்தில் நம்மையும் காண்டாக்ட் செய்வார்கள் என்று சொல்கிறாய். அவர்கள் நம்மைக் கூப்பிட்டுக் கேட்கிற வரைக்கும் கட்டை விரலைச் சப்பிக் கொண்டு காத்திருக்கலாம் என்று சொல்கிறாயா?'

'அப்படி இல்லை. நாம் செயல்படவேண்டும் உடனே. எப்படி என்பதை நீங்கள்தான் சொல்லவேண்டும்.'

'அப்படி அவர்கள் நம்மை உடனே காண்டாக்ட் செய்தார்கள் என்று வைத்துக்கொள். இவ்வளவு பணம் கேட்கிறார்கள், என்ன செய்யலாம்?'

'கேட்கிறதைக் கொடுப்பதாக ஒப்புக்கொள்ளலாம்.'

'ஸில்லி- சர்க்கார் பணம் கொடுக்காது.'

'கொடுக்கவேண்டாம், கொடுப்பதாக ஒப்புக்கொள்ளலாம்.'

'ஏமாற்றிவிடலாம் என்று சொல்கிறாயா?'

'ஆம்.'

'முடியாது. அது ஒரு ஆபத்தான விளையாட்டு. டாக்டர் ராமச் சந்திரனுக்கு உயிர்ச் சேதம் ஏற்படும். மிகப் பெரிய ரிஸ்க். அதைப்

பற்றி அப்புறம். ட்ரை தி கமிஷனர் எகய்ன். நீ எனக்கு டெலி போன் செய்தவுடன் அவரைக் கூப்பிட்டு, 'டில்லியின் வரம்புகள் எல்லாவற்றையும் சீல் பண்ணவேண்டும்' என்று சொல்லியிருக் கிறேன். ஸ்டேஷன் வாகன் நம்பரையும் கொடுத்திருக்கிறேன்.'

கமிஷனரின் நம்பரை நான் டயல் செய்ய, அவர் கிடைத்ததும், 'ஒன் மினிட் சார்' என்று நடேசனிடம் கொடுக்க, 'நடேசன் ஹியர். எனி லக்? ஹா(ன்)... ஹா(ன்)... ஜமுனா ப்ரிட்ஜ்? மத்துரா ரோட், ஹரியானா பக்கம், நஜஃப்கர் ரோடு எல்லாம் அடைத் தீர்களா? இருக்கிற போலீஸ் ஸ்டேஷன் எல்லாவற்றுக்கும் சொல்லவேண்டும். அந்த ஸ்டேஷன் வாகனை எப்படியாவது...'

அந்த ராத்திரி வேட்டை தொடங்கியது. டெலிபோன் செய் தோம். டீ சாப்பிட்டோம். மேலும் டெலிபோன் செய்தோம். மேலும், மேலும்... ஒருவரிடமும் ஒரு விஞ்ஞானி கடத்தப் பட்டார் என்கிற விவரத்தைக் குறிப்பிடவில்லை. ஸ்டேஷன் வாகனின் எண் கொடுத்து, அது தென்பட்டால் உடனே செய்தி தெரிவிக்கவேண்டும் என்று மட்டும் உத்தரவு. நான் வருவதற்கு முன்னமேயே போலீஸ் மெஷினை நிமிடங்களில் கிளப்பி விட்டார். டில்லியைச் சுற்றியுள்ள நிசப்தத்தில் ரேடியோ அலை களில் எங்கள் செய்தி சிதறியது. எவ்வளவு பேர் தூக்கமிழந்தார் களோ, எவ்வளவு மனைவிகள் சலித்துக்கொண்டார்களோ!

என் எதிரே சரம் சரமாக ஆணைகள் பிறப்பித்துக்கொண்டிருந்த நடேசனை நான் பார்த்து, என்னைப் பற்றி வெட்கப்பட்டுக் கொண்டேன். இவர் இவ்வளவு பெரிய ஆள்!

என்னைத் திட்டினார். உண்மைதான். திட்டாமல் விட்டிருந்தால் ஏமாந்திருப்பேன். அந்தத் திட்டலில் வெறுப்பு எதையும் காட்ட வில்லை. கண்டிப்பு; கண்டிப்புடன், என்னிடம் 'இதைவிட நிறைய எதிர்பார்த்தேன். எதிர்பார்த்தபடி நீ செய்யவில்லையே' என்ற ஏமாற்றம். அவற்றைத்தான் காட்டினார். தப்பு நிகழ்ந்தபின் திரும்பத் திரும்ப அதையே யோசிக்காமல் மேலே ஆக வேண்டியதை என்ன பிரமாதமாகச் செய்தார்! கமிஷனருடன் பேசும்போது அவர் குரலின் தொனி சரியான தொனி, அளவான, அவசரம் கலந்த தொனி.

நான் அவரிடம் தெரிந்துகொள்ளவேண்டியது எவ்வளவு இருக்கிறது! என் தற்பெருமையை முழுவதும் அலம்பிவிட்டார்.

அவர் கையைச் சொடக்கினால் வாயை மரியாதையாகப் பொத்திக்கொண்டு வரும் சேவகன் லெவலுக்கு என்னை இறக்கிவிட்டார்.

என் தப்பை நிவர்த்திக்க நான் இவருக்கு மூன்னூறு வருடங்கள் சேவகம் செய்யவேண்டும். என் தப்பை நிவர்த்திக்க முடியுமா?

'சார் நான் ஒன்று...'

நான் முடிப்பதற்குள் அவர் சொன்னார். 'ஒன்று மட்டும் ஞாபகம் வைத்துக்கொள். ராமச்சந்திரன் காணாமற்போன விஷயமோ அல்லது அவரிடம் இருக்கும் காகிதங்களின் முக்கியத்துவமோ உனக்கும் எனக்கும் மட்டும்தான் தற்போது தெரியும். வேறு ஒருவருக்கும் தெரியவேண்டாம். போலீசிடம் கூடச் சொல்ல வில்லை. அவர்கள் தேடுவது அந்த வேனைத்தான். இன்னும் சரியாக எட்டு அல்லது பத்து மணி நேரத்துக்குள் ஏதாவது நடந்தாக வேண்டும்.'

'சார் நான் ஒன்று கேட்டுக்கொள்ளட்டுமா?'

'என்ன?'

'எனக்கு ஒரு சான்ஸ் கொடுங்கள். சரியாக 24 மணி நேரம் கொடுங்கள். நான் டாக்டர் ராமச்சந்திரனை மீட்டுக்கொண்டு வருகிறேன். எப்படிக் கொண்டு வருவேன்; என்ன ஆதாரத்தின் பேரில் என்று கேட்காதீர்கள். நம் டிபார்ட்மெண்டுக்கு நிறைய வசதிகள் இருக்கின்றன. அந்த வசதிகளை முழுவதும் உப யோகிக்க அனுமதி தாருங்கள். இந்தக் கணமே ஆரம்பிக்கிறேன். நான் தோற்றவன். அடிபட்டவன். அப்படிப்பட்டவன் மூளை தீவிரமாக வேலை செய்யும். என்னால் இந்தச் சமயத்தில் எப்படிச் செயல்படப் போகிறேன் என்று சொல்ல முடியாது! எனக்கு இந்தச் சமயம் எல்லாமே குழப்பம், ஆனால்...'

'24 மணி நேரம் என்ன கணக்கு?'

'24 மணி நேரம் மிக அதிகமும் அல்ல; மிகக் குறைவும் அல்ல.'

'என்ன செய்யப் போகிறாய்?'

'எனக்கே தெரியாது சார். க்ளீன் ஸ்லேட்!'

'பின் எப்படிச் சொல்கிறாய், நிச்சயம் கண்டுபிடித்து விடுவேன் என்று?'

'இன்ஸ்டிங்க்ட்! பட்சி சொல்கிறது சார். ப்ளீஸ் கிவ் மீ எ சான்ஸ்.'

'மற்றொரு தப்புக்கா?'

'முதல் தப்புக்குப் பிராயச்சித்தம் செய்வதற்கு.'

'எப்படி? சொல்லேன்.'

'யோசிக்க வேண்டும் சார்.'

'பார்க்கலாம். அதற்காக அதுவரை சும்மா இருக்கவேண்டாம். இப்படி வைத்துக் கொள்ளலாம். சரியாக 24 மணி நேரம் நம் இருவருக்கு மட்டுமே இந்தக் கடத்தல் பற்றித் தெரிந்திருக் கட்டும். அதற்குள் நம் முயற்சிகளின்படி அகப்பட்டால் நல்லது. இல்லை என்றால் பெரிய இடத்துக்குச் சொல்லிவிட்டு நகத்தைக் கடித்துக்கொண்டு நிற்க வேண்டியயுதுதான். எதற்கு? கோடாலி விழுவதற்கு.' பேசிக்கொண்டே ட்ர்ரக் ட்ர்ர்ர்ர்ர்ரக் என்று சுழற்றினார்.

மேலும் அடுக்கடுக்காக உத்தரவுகள். உத்தரவுகளின் நடுவே என்னைக் கேட்டார். உத்தரவுகள் பிறப்பித்தார்.

எங்கள் வேட்டையின் முதல் பகுதியின் இறுதியில் நானும் நடேசனும், பின்னிரவில், அவர் காரில் சென்று, நான் அடிபட்டுத் தோற்ற இடத்துக்கு மறுபடிச் சென்றோம். வெளிச்சம் இல்லா மல் இருந்தது. டார்ச் அடித்து ஒரு ஃபர்லாங் வரை பார்த்துக் கொண்டே சென்றார். நான் அடிபட்ட இடத்தைக் குத்து மதிப் பாகத்தான் என்னால் சொல்ல முடிந்தது. அந்த இடத்தின் அருகே சிதறி இருந்த, சாதாரணமாக ரோடில் எதிர்பார்க்கக்கூடிய குப்பையில் அசாதாரணமாக ஏதாவது ஒன்று கிடைக்குமா என்று தேடினோம். இல்லை. இந்த ஐடியா என்னுடையதல்ல. அவருடையதுதான்.

என் நம்பிக்கை முழுவதும் ஒரே ஒரு பிடிவாதமான எண்ணத்தைச் சுற்றியே இருந்தது. 'அவர்கள் மறுபடி எங்களுடன் எப்படியாவது தொடர்பு கொள்ள முயற்சிப்பார்கள்.' நடேசன் அதை அதிகம் நம்பவில்லை.

என் தூக்கம் பறந்தது. டீ நாக்கில் சுட்டது. இரவு கழன்றது. என் இதயம் கரைந்தது. சே, அப்படி ஒரு தப்பு செய்துவிட்டாயே என்று பன்னிப் பன்னி என்னுள் யாரோ ஒரு ஆள் வெறுப்பேற்றிக் கொண்டே இருந்தான்!

கண்ணாடி ஜன்னலுக்கு வெளியே கிழக்கில் ஆரஞ்சுக் கனவுகள் நினைவாக, பட்சிகள் டிர்ர்ரிக்க, பால் பாட்டில்கள் ஒலிக்க நடேசன் ரெஃப்ரிஜிரேட்டரிலிருந்து ஒரு ஸாண்ட்விச் தயாரித்துக் கொண்டுவந்து எனக்குக் கொடுத்தார்.

அதைக் கடித்துக்கொண்டே அப்போதுதான் வந்த காலைச் செய்தித்தாளைப் பிரித்து, தலைப்புச் செய்திகளை மேய்ந்தார். 'நாளைக் காலைக்குள் ராமச்சந்திரன் அகப்படாவிட்டால் நாமும் ஜோராகப் பேப்பரில் வரப்போகிறோம் ஹெட்லைன்!' என் தலைமேல் கை வைத்து என்னைப் பார்த்துச் சிரித்தார்.

எனக்குச் சிரிப்பு வரவில்லை; ஸாண்ட்விச், நல்ல மிளகும் நல்ல பாலேட்டுக் கட்டியும் நல்ல வெண்ணெயும் தடவி மிக அற்புதமாக படைக்கப்பட்டிருந்தும் என்னால் மெல்ல முடியவில்லை. என் வயிற்றில் பசிக்குப் பதில் பயமிருந்ததால்.

'போ. போய்ப் படுத்துக்கொள். எப்போதும் டெலிபோன் அருகில் இரு. எனக்குத் தேவை இருந்தால் உன்னைக் கூப்பிடு கிறேன். ராஷாக எதுவும் செய்யாதே. கொஞ்சம் தூக்கம் சேகரித்துக் கொள்.'

நான் எழுந்தேன். என்னைப் பார்த்தார். 'தாடையில் காயம் பட்டு இருக்கிறது. அந்த அலமாரியில் பர்னால் இருக்கிறது' என்றார்.

வீட்டுக்கு வந்து படுக்கையில் விழுந்தபோது காலை தொடங்கி விட்டது. இஸ்திரி போடுபவர்கள் நெருப்பை ஊத ஆரம்பிக்க, பேப்பர்காரர்கள் மூன்றாவது மாடிக்குச் சுருட்டி அடித்துக் கொண்டிருந்தார்கள்.

மல்லாந்து படுத்தபோதுதான் நான் இத்தனை நேரம் மறந்திருந்த வலி சேர்த்துவைத்து உடம்பு முழுவதும் வெடித்தது. அந்தப் பெண்ணை நினைத்துக்கொண்டேன். 'எக்ஸ்கியூஸ் மீ! ஃபிளைட் நம்பர் 406 வந்துவிட்டதா? தாங் காட், ஐ மேட் இட்! வி ஆர் இன் எ மெட்டி ஹரி, எங்கள் கார் பிரேக்டவுன். கலர் கலராக, பச்சை சிவப்பாக, நீலமாக, ஊதாவாக, மத்தாப்புப் பொறியாகச்

சிரித்தாள். 'ஃபிளைட் நம்பர் எக்ஸ் கியூ 406. தாங் காட் மைட்டி ஹர்ரி!' வெண்கலச் சிரிப்பு இல்லை. கிப்ளிங்கின் பெல்ஸ் கவிதை போலச் சிரிப்பு.

யார் அவள்? என்னை அலட்சியமாக, எவ்வளவு அலட்சியமாக ஏமாற்றினாள். ஏ? என்ன வலி! எங்கே அந்த வலி கூப்பிடுகிறது?

டியர் மிஸ் ஸோ அண்ட் ஸோ. நான் வருகிறேன். வரத்தான் வரவேதான் போகிறேன். உனக்கு ஒரு சிறிய பாடம் கற்பிக்க. உன் பாலிஷ் உடம்பு பார்த்தறியாத உணர்ந்தறியாத சில வேதனைகள் இருக்கின்றன. என்ன பெயர் உன் பெயர்! நீ என்னை வாழ்நாள் முழுவதும் மறக்க முடியாதபடி உன்னிடம் ஒரு மாறுதல் ஏற்படுத்தப்போகிறேன். நான் யார் தெரியுமா? டைகர். புலி! அடிபட்ட புலி!

கனவில் அடிபட்ட புலியாக மாறி நிழலில் என் காயங்களை நக்கிக்கொண்டிருந்த சமயம் என் தலைமாட்டில் இருந்த டெலிபோன் ஒலிக்க என் சகலங்களும் ஒரே சமயத்தில் உயிர் பெற அந்த டெலிபோனை எடுத்து 'எஸ்?' என்றேன்.

'மிஸ்டர் ......?' என்று என் பெயரைச் சொல்லி வினவியது அந்தப் பெண் குரல்.

'ஆம்!'

'ஹலோ! எப்படி இருக்கிறீர்கள்?' அவள்தான்! டெலிபோன் செய்யும் அலங்கோலத்தையும்மீறி அவள் குரலை என்னால் அடையாளம் கண்டுகொள்ள முடிந்தது.'

'உங்களுக்கு ஒரு செய்தி!'

'ஷட் யூ...'

'பிடித்தமான செய்தி!'

'ஹா!' என்றேன் கோபமாக.

'நீங்கள் விரும்பக்கூடிய சரக்கு ஒன்று என்னிடம் இருக்கிறது. அதை நீங்கள் விலைக்கு வாங்க விரும்பலாம்!'

'யார் பேசுவது?' என்றேன்.

'அவசியமா?' என்றாள்.

'அவர் எங்கே? எங்கே அந்த விஞ்ஞானி? நீங்கள் கடத்திச்சென்ற ஆசாமி?'

'பத்திரமாக இருக்கிறார். உங்களுக்குச் சரியாக ஒரு மணி நேரம் இருக்கிறது. அதற்குள் நீங்கள் சம்பந்தப் பட்டவர்களிடம் விசாரித்து உங்களால் எவ்வளவு உச்சமாகக் கொடுக்க முடியும் என்று எங்களுக்குத் தெரிவியுங்கள்.

'நீங்கள் எவ்வளவு கேட்கிறீர்கள்?'

தயங்கினாள். ஏதோ பக்கத்தில் சொல்கிறாள் போலும்!

'உங்களால் எவ்வளவு கொடுக்க முடியும்? என்றது ஓர் ஆண் குரல்.'

'என்னால் இப்பொழுது சொல்ல முடியாது. ஆனால் இது மட்டும் சொல்ல முடியும். எங்களுக்கு அந்த டாக்டர் ராமச்சந்திரன் டெஸ்பரேட்டாக தேவை. விலையைப் பற்றிக் கவலை இல்லை. ராஷாக எதுவும் செய்து விடாதீர்கள். அவர் உயிருடன் பத்திர மாக உடன் வைத்திருக்கும் பொருள்களுடன், முழு வதும் தேவை.'

'அது எங்களுக்குத் தெரியும்' என்றாள். 'எண்ணிக்கையைச் சொல்.'

'மேலதிகாரிகளைக் கேட்க வேண்டும்.'

'எப்போது சொல்ல முடியும்?'

'ஒரு மணி நேரத்தில்.'

'ஒரு மணி நேரத்தில் மறுபடி கால் வரும். காத்திரு.'

'தயவு செய்து அவரை ஒன்றும் செய்துவிடாதீர்கள்.'

டெலிபோனின் உயிரற்ற 'விர்ர்'தான் பதிலாக வந்தது.

நான் என் நெற்றியைத் துடைத்துக்கொண்டேன்.

சாதாரணமாக இந்த மாதிரி கால் வந்ததும் என் கடமை என்ன? உடனே மேலதிகாரி நடேசனுக்கு தெரிவிக்கவேண்டும். தெரிவித்தேனா? இல்லை. தயங்கினேன். ஏன்?

சொல்கிறேன்.

நடேசனுக்குத் தெரிவித்தால் அவர் என்ன செய்வார்? மேற் கொண்டு ஆணையிடுவார். அரசாங்கத்தால் எப்படிப் பணம் கொடுக்க முடியும் என்பது எனக்குத் தெரியவில்லை. கஜானா இதையெல்லாம் மதிக்காது. வேறு வார்த்தைகளில்... நடக்காது. எப்படி மீட்பது? யார்...

அந்த ஆசையின் கவர்ச்சி என்னுள் பெரிதாகிக் கொண்டு வந்தது. ஒரு சோலோ முயற்சி செய்துபார்த்தால் என்ன? நடேசனுக்குச் சொல்லவேண்டாம். சொல்லாமல் சொந்தமாகச் செய்து பார்க்கலாமே!

தீவிரமான விஷயம் இது! தோற்றால் நான் செத்தேன். வெல் வதற்கு மயிரிழையில்தான் சந்தர்ப்பம். ஆனால் சந்தர்ப்பம் எனக்கு அமைந்திருக்கிறது! நான் செய்த முதல் தப்புக்கு முழுப் பரிகாரம் செய்து காட்டுவதற்கு ஒரே சான்ஸ், சவால். பார்த்துவிடலாம்.

டெலிபோனை எடுத்தேன். கரோல் பாக் டெலிபோன் எக்ஸ் சேஞ்சைக் கூப்பிட்டேன். டிவிஷனல் இன்ஜினியருடன் பேச

விரும்பினேன். மற்றொரு நம்பர் தந்தார்கள். அந்த மற்றொருவைச் சுழற்றினேன். எடுத்த ஆசாமியிடம் என்னைப் பற்றிச் சொன்னேன். என் டிபார்ட்மென்டைச் சொன்னேன். வேண்டுமென்றால் ஜி.எம்., ஏன் பி அண்ட் டி போர்ட் சேர்மன் மூலம்கூட வருவதற்கு உள்ள என் அதிகாரத்தைச் சொன்னேன்.

'தேவையில்லை. என்ன வேண்டும் சொல்லுங்கள்' என்றார் கலையாமல்.

என் டெலிபோன் நம்பரைச் சொன்னேன். 'இன்னும் ஒரு மணிக்குள் எனக்கு ஒரு கால் வரப்போகிறது. அது வந்ததும் நான் சற்றுப் பேச்சுக் கொடுத்து நேரம் தாழ்த்துகிறேன். அந்த கால் எங்கிருந்து வந்தது என்று மட்டும் ட்ரேஸ் பண்ணவேண்டும். எப்படியாவது செய்தாக வேண்டும்' என்றேன்.

அவர் சொன்னார்: 'அது எங்கள் எக்ஸ்சேஞ்சிலிருந்து புறப்படும் காலாக இருந்தால் சுலபம். மற்றொரு எக்ஸ்சேஞ்சிலிருந்து வரும் கால் என்றால் கஷ்டம். இண்டர் எக்ஸ்சேஞ் ட்ரங்கில் எந்த லெவலில் இருக்கிறது என்று பார்த்து... நிறைய கோ-ஆர்டினேஷன் வேண்டும். அப்கோர்ஸ் நாங்கள் ஒரு க்ராஸ்-பார் எக்ஸ்சேஞ்சாக இருப்பதால்...'

'கிராஸ் பாராவது சாக்லேட் பாராவது... அந்த மாதிரி டெக்னிகல் வார்த்தைகளை என்மேல் எறியாதீர்கள். எனக்கு ஒரு கால் வரப்போகிறது. என்னால் நேரம் தாழ்த்தி அதை நீட்ட முடியும். இருக்கிற சூபர்வைசர்கள், மெக்கானிக்குகள் எல்லோரையும் ஓவர் டைமில் போடுங்கள். இருக்கிற எக்ஸ்சேஞ்சுகள் எல்லாம் தயாராக இருக்கும்படி முன்னாலேயே சொல்லிவிடுங்கள். எப்படியாவது டிரேஸ் பண்ணியாக வேண்டும். இல்லாவிட்டால் அது மினிஸ்டர் வரை போகும்...'

'நாங்கள் எங்களால் முடிந்தவரை முயற்சிக்கிறோம். என்ன நம்பர் சொன்னீர்கள்?'

நான் என் டெலிபோன் நம்பரைச் சொன்னேன். அன்லிஸ்டட் என்றேன்.

சட்டென பொறி தட்டியது. டைரக்டரியில் இல்லாத, ஆபீசில் ஒரு சிலருக்கு மட்டுமே தெரிந்த என் டெலிபோன் என்

அவர்களுக்கு எப்படித் தெரிந்தது? புரியவில்லை. என் மூளையின் ஓரத்தில் அதைக் கேள்வியாகச் சுருட்டி ஒதுக்கிக்கொண்டேன்.

இன்ஜினியர் அந்தப் பக்கம் வைத்துவிட்டார். இந்தப் பக்கம் நான் காத்திருந்தேன்.

ஒரு டெலிபோனுக்கு எதிரே, வரப்போகிற கூப்பாட்டுக்காகக் காத்திருப்பது கொடுமை. அதையே சதா பார்த்துக்கொண்டிருக்க, நரம்புகள் கொஞ்சம் கொஞ்சமாக முறுக்கேற, ஒன்றும் படிக்க முடியாத, விட்டு விலக முடியாத கொடுமை. அந்த உயிரற்ற பேகிலைட் சாதனம் என்னை மெஸ்மரைஸ் பண்ணிக் கட்டிப் போட்டிருந்தது. அதன் பச்சைக்கொடி, நம்பர் வட்டங்கள், கறுப்புப் பளபளப்பு, அதன் மௌனம். அடியேன்... அடியேன்... அடித்துத் தொலையேன்...

பதினைந்து நிமிடத்தில் மணி அடித்தது.

'ஓடியன் தியேட்டர்?' என்று கேட்டது ஒரு இனிப்பான இருபது.

'ராங் நம்பர்!' என்று உறுமினேன்.

'ஆப்கா நம்பர் கியா ஹை?' என்றாள் அந்த முனை ஐஸ்கிரீம்.

'என் நம்பர் ராங் நம்பர், கீழே வை!' என்று போட்டு உடைத்தேன். எங்கேயோ ஒரு பெண்ணின் விரல் தடுமாற்றம், என் ப்ளட் பிரஷர் எகிறுகிறது!

மறுபடி அடித்தது!

'எஸ்!' உடனே.

'அத்வானி, டெலிபோன் எக்ஸ்சேஞ்சிலிருந்து உங்களுக்கு வந்த காலை 'ட்ரேஸ்' பண்ணுவதற்குள் ரிலே ரிலீஸ் ஆகிவிட்டது. நீங்கள் இன்னும் சற்று நேரம் பேசியிருக்க வேண்டும்.

'மறந்துவிடுங்கள். அது ராங் நம்பர். நான் எதிர்பார்க்கும் கால் இன்னும் வரவில்லை.'

'அதையும் ட்ரேஸ் பண்ணவேண்டுமா?'

'அதைத்தான் ட்ரேஸ் பண்ணவேண்டும்.'

'ஓ.கே!'

'தாங்க்ஸ். எனிவே, நீங்கள் ஐஞராக, தயாராக இருப்பதில் எனக்கு சந்தோஷம். அதை உங்கள் டி.இ.யிடம் சொல்கிறேன்.'

'எஸ் சார்.'

அப்போது மணி எட்டு. காலை.

மணி ஒன்பது, பத்து என்று ஆக ஆக இன்னும் நான் எதிர்பார்த்த கால் வரவில்லை. அடிக்கடி டெலிபோன் நிலையத்தைக் கூப்பிட்டுத் தயாராக இருக்கிறார்களா என்று சரிபார்த்துக் கொண்டேன்.

மாலை!

வரவில்லை... 'ஒரு மணியில் கூப்பிடுகிறேன்' என்றாள், கூப்பிட வில்லை. ஆபீஸ் போகாமல் பைத்தியம்போல் காத்திருந்தேன். அவர்கள் மனம் மாறிவிட்டார்களா? அப்படித்தான் இருக்க வேண்டும். ஏன்? மற்றவர்களை விசாரித்துக் கொண்டிருக் கிறார்கள்? அவர்கள் என்ன விலை கொடுப்பார்கள்? மற்றவர்கள் யார்? அவர்கள் யார்? எவ்வளவு தூரம் அரசாங்கத்தினுள் புரை யோடியவர்கள்? இரண்டு அல்லது மூன்று பேருக்கு மட்டும் தெரிந்த ஒரு விஞ்ஞானியின் வருகை, அவர்களுக்குத் தெரிந் திருக்கிறது. டைரக்டரியில் இல்லாத என் நம்பர் தெரிந்திருக் கிறது. சுலபமாகக் கவர்ந்தார்கள். எங்கள் கார் தெரிந்திருக்கிறது. என் ரூட் தெரிந்திருக்கிறது. என்னைத் தட்டி என்னிடமிருந்து என் பொறுப்பைக் கவர்ந்து என்னையே கூப்பிட்டு விலை பேசு கிறார்கள். அவர்கள் எப்படிப்பட்டவர்கள்? ஒரு தனியான கோஷ்டியா? பணவேட்டையில், பெரும் பண வேட்டையில், ஒரு விதமான நியாயமும் பார்க்காமல் அதிகம் கொடுப்பவர் களுக்கு அரசாங்க ரகசியத்தை விற்க முயலும் இவர்கள் யார்? திருட்டுக் கொடுத்தவனிடமே திருடிய பொருளை விற்கிறார்கள். என்ன தைரியம்! எனக்கு எவ்வளவு அவமானம்? ஏன் மறுபடி கூப்பிடவில்லை என்னை?

இரவு 8.32க்கு டெலிபோன் நிலையத்தைச் சேர்ந்த அத்வானி கூப்பிட்டு, இன்னும் எவ்வளவு நேரம் ஆகும் என்று அலுப்புடன் கேட்டபோது நான் வேட்டையை நிறுத்திவிடலாம் என்று எண்ணினேன். இருந்தும், இன்னும் ஒரு மணி நேரம் பார்க்கலாம் என்று வைத்தேன்.

ஒரு மணி தேவையில்லாமல் ஐந்து நிமிடத்துக்குள் கால் வந்தது. நான் எதிர்பார்த்த கால். இதுவரை நான் கேட்டிராத ஆண்குரல். 'இன்று காலை நாங்கள் உங்களைக் கூப்பிட்ட விஷயம் பற்றி...'

'எஸ்?'

'நீங்கள் எவ்வளவு கொடுக்க முடியும்?'

'வானம்தான் எங்கள் வரம்பு. எங்களுக்கு அந்த விஞ்ஞானி உயிருடன் தேவை. நீ எண்ணிக்கையைச் சொல்; நாங்கள் கொடுக்கிறோம். சிக்கலே கிடையாது' என்றேன்.

'உனக்கு அதிகாரம் இருக்கிறதா?'

'ஏற்பட்டிருக்கிறது. என்னையே உங்களுடன் பேச்சு வார்த்தை தொடர்புகொள்ளப் பணித்திருக்கிறார்கள். சர்க்காருக்கு அவ்வளவு முக்கியமான ஆசாமி அவர். எங்கே வரவேண்டும்? எவ்வளவு தரவேண்டும்? சொல்லு.'

'பத்து ரூபாய், நூறு ரூபாய் நோட்டுகளாக, ஐம்பது லட்சம் வேண்டும். பழைய நோட்டுகளாக, சீரியல் நம்பர் வரிசையாக இல்லாமல்' என்றான்.

நான் அதிராமல், 'கொஞ்சம் பெரிய தொகை. நாளைக்குத்தான் என்னால் நீ சொன்ன விதத்தில் சேகரிக்க முடியும்.'

'கொடுக்கச் சம்மதமா?'

'சம்மதம்! எப்படிக் கொடுப்பது?'

'அந்த விவரங்களை மறுபடியும் சொல்கிறோம். இன்னும் ஒரு மணி நேரத்தில். காத்திரு.'

'ஒரு மணியில் போன் செய்கிறேன் என்று பன்னிரண்டு மணி நேரம் ஆக்கினீர்கள்... மற்றொரு விஷயம்.'

'என்ன?'

'கடத்தப்பட்டவர் பத்திரமாக இருக்கிறாரா?'

'இருக்கிறார்!'

'அவர் உடன் வைத்திருந்த காகிதங்கள்?'

'எல்லாம் சேதமில்லை. பணம் கொடுக்கத் தயார்தானே?'

'தயார், மிகத் தயார். எங்கிருந்து பேசுகிறாய்?'

அவன் சிரித்துவிட்டு வைத்தான்.

வைத்து ஒரு நிமிடத்தில் டெலிபோன் அடித்தது.

'அத்வானி சார். அந்த காலை ட்ரேஸ் பண்ணிவிட்டோம். ஜோர்பாக் எக்ஸ்சேஞ்சைச் சேர்ந்த கால் அது. ஒரு பிரைவேட் டெலிபோன். ஓன் மிஸ்டர் ஆர்.எஸ்.சோப்ரா, ப்ரொப்ரைட்டர். சோப்ரா இன்சுலேட்டர்ஸ். ரெஸிடென்ஸ் ஏ 234, ஜோர் பாக், நம்பர் ஸிக்ஸ், ஒன், ஜீரோ, எய்ட்.'

'தாங்க் யூ அத்வானி! தாங்க் யூ ஸோ மச்... க்ரேட் வொர்க்!'

'சார்!' என்றான் அத்வானி.

'என்ன?'

'என்னை டி.அண்ட்.டி சர்க்கிளுக்கு ஜபல்பூருக்கு டிரான்ஸ்ஃபர் போட்டிருக்கிறார்கள். அதைக் கொஞ்சம் மேலிடத்தில் சொல்லி...'

'நான் கொஞ்சம் அவசரத்தில் இருக்கிறேன். நாளைக்கு எனக்கு மறுபடி விவரமாக டெலிபோன் பண்ணுங்களேன்' என்றேன். அதாவது நாளைக்கு நான் முழுசாக பாக்கி இருந்தால்!

டெலிபோனை எறிந்து, டெரிலினை அணிந்து, வெளியே வந்து, என் வெஸ்பாவில் உதைத்து உட்கார்ந்து தூள் பறந்தேன்.

'வெல்கம் டூ ஜோர் பாக்' என்றது போர்டு.

'தாங்க்யூ' என்று சொல்லிவிட்டு உள்ளே நுழைந்தேன்.

ஜோர் பாக் வீடுகள் சுதந்திர ஆர்க்கிடெக்டுகளின் இஷ்டப்படி அமைக்கப்பட்ட அழகழகான அலங்கார அமைப்புகள். தனித் தனியாக ஒவ்வொரு வீடும் அழகானவை. அவை ஒன்று சேர்ந்து தரும் காட்சி அவ்வளவு திருப்தி தரும்படியானது இல்லை.

கைட் மேப்பின் 'யூ ஆர் ஹியர்' சிவப்பு அம்பைப் பற்றிக் கொண்டு ஏ ப்ளாக்கைத் தேடி, 234 இரண்டாவது வரிசையில்

இருப்பதைப் பார்த்துவிட்டு, மேப் சொன்ன பாதையில் ஸ்கூட்டரைச் செலுத்தி முதல் வெட்டில் வலதுபக்கம் திரும்பி, ஒன்று இரண்டு மூன்றாவது வெட்டில் இடது பக்கம் திரும்பினேன். எதிர்பார்த்த ஏ 234 எண் வீட்டை அடைவதற்குள் நான் திரும்ப வேண்டியதாகிவிட்டது. ஏனென்றால் என் எதிரே சென்ற ஹெராால்ட் கார். மேலும், ஏனென்றால், அந்த காரில் உட்கார்ந்திருந்த அந்தப் பெண்.

என்னைப் பாலத்தில் நிறுத்தியவள். லிஃப்ட் கேட்டவள். டெலிபோன் செய்தவள். நான் மறக்க முடியாதவள்! நான் இருட்டில் அவளைப் பார்த்திருக்க முடியாது. நேற்று நான் இழந்த அதிருஷ்டம் இன்று கொஞ்சம் திரும்பி வந்திருக்க வேண்டும். எப்படி?

நான் திரும்புவதற்கும் மெதுவாக எதிரே வந்துகொண்டிருந்த காரின் டிரைவர் ஒரு தடவை தன் சீட் பக்கக் கதவைத் திறந்து சார்த்துவதற்கும் சரியாக இருந்தது. அதற்காக எரிந்த காரின் உள் விளக்கு அந்தப் பெண்ணைத் தெளிவாக எனக்குத் தெரிவித்தது.

நிச்சயம் அவள்தான். நான் மறக்க முடியாத முகம்.

நான் நிறுத்தித் திரும்பி, அந்தக் காரைத் தொடர்ந்தேன்.

ஒரு காரை இரவில் தொடர்வது சுலபம். இந்த இரவில்தான். டில்லியில்தான்.

இரவில் ஏன் என்றால், அருகில் தொடரலாம். டில்லி யில் ஏன் என்றால் அடிக்கடி குறுக்கிடும் நாற்சந்தி வட்டங்களால் டில்லி நகருக்குள் அதிக வேகத்தில் செல்ல முடியாது.

அந்த கார் அவசரமில்லாமல்தான் சென்றுகொண்டு இருந்தது. ஸப்தர்ஜங் சமாதியில் இடது பக்கம் திரும்பி, தெற்கு டில்லியை நோக்கிச் சென்றது. எனக்கு ஒரே பயம். லெவல் கிராசிங்கில் மாட்டிக்கொண்டு விடு வோமோ என்று இல்லை. ஸப்தர்ஜங் ஆஸ்பத்திரியின் சிக்கலான டிராஃபிக் விளக்குகளில் அந்த கார் தயங்கிய போது நான் சற்றுத் தூரத்தில் நின்றுகொண்டேன். அருகே செல்ல சந்தர்ப்பம் இருந்தும். ஓட்டுகிறவன் இந்தப் பிரதேசத்துக்குப் புதிது என்று தெரிந்து கொண்டேன். இடது பக்கம் திரும்பலாம்; சிவப்போ, பச்சையோ, அவன் தயங்க, பின்னால் சில கார்கள் அவனைத் திட்ட, சைகை செய்ய, இடது பக்கம் திரும்பி திடீரென்று வேகம் பிடித்தது அந்த கார்.

என் ஸ்கூட்டரில் அந்த வேகத்தைத் தொடர்வது சிரமம். காரின் நம்பர் தெரியும்...

என் பார்வையிலிருந்து நழுவி ஒரு லாரியை அலட்சிய மாகக் கடந்து மறைந்தது. நான் சபித்துக்கொண்டே

சென்றேன். லாரிக்காரன் இடைவெளி விட மறுத்தான். ஸ்கூட்டர் ஹாரனை எல்லாம் மதிக்கிற ஜாதி இல்லை அவன்.

டில்லி கார்ப்பரேஷன் ஆசாமிகளை வாழ்த்தவேண்டும். ஒரு இடத்தில் ரோட்டைக் குதறி, சிவப்பு விளக்கு மாட்டி, வாகனங்கள் கடக்க ஒரு சிறிய சந்தை மட்டும் விட்டுவிட்டு சாப்பிடப் போயிருந்தார்கள்.

அந்த கார் அங்கே ஊர்ந்துகொண்டிருக்க, மறுபடி அதன் வாலைப் பிடித்துக்கொண்டேன்.

மூல்சந்த் ஆஸ்பத்திரி வட்டத்தில் வலதுபக்கம் பிடித்து, புதிதாகக் கட்டப்பட்ட ஒரு மிகப் பெரிய ஓட்டலின் காம்பவுண்டுக்குள் நுழைந்தது கார். ஓட்டல் எம்பயர்.

நான் என்னைப் பார்த்துக்கொண்டேன். நேராக நானும் உள்ளே நுழைந்திருக்கலாம். வாயிலில் தயங்கினேன். ஏன் என்று பிறகு சொல்கிறேன். உள்ளே கார் தவழ்ந்து சென்று நின்று, ஒரு ஆள் திறந்துவிட, அந்தப் பெண்ணும் அந்த இளைஞனும் முக்கிய வாயில் வழியாக நுழைவது தெரிந்தது.

மணியைப் பார்த்தேன். 9-25. இன்னும் ஐந்து நிமிடத்தில் கடைகளை மூடிவிடுவார்கள். அதற்குள் எனக்கு ஒரு டை வேண்டும். பாண்ட் இல்லாமல் கூடப் போகலாம்; இந்த மாதிரி சில ஓட்டல்களில் சில பகுதிகளுக்கு டை இல்லாமல் போகக் கூடாது.

சவுத் எக்ஸ்டென்ஷனில் அந்தக் கடையின் சேல்ஸ்மேன் ஆச்சரியப்பட்டான், என், 'ஒரு டை வேண்டும், எனி கலர், எனி பிரைஸ்' என்ற வேண்டுகோளைக் கேட்டு.

மறுபடி அந்த ஓட்டலை அடைந்தபோது சற்று தலைவாரி இருந்தேன். டை அணிந்திருந்தேன். அப்படி ஒன்றும் சசிகபூர் போல் இல்லாவிட்டாலும், எம்பயரின் துவார பாலகனைக் கடக்கும் அளவுக்கு உடைத் தகுதி பெற்றிருந்தேன்.

ஓட்டலுக்கு வெளியே கார்கள் நிறைந்திருந்தன. இருதய வடிவத் தில் ஒரு நீச்சல் குளம். அதில் தண்ணீர் நடனமாடிக் கொண் டிருந்தது. வெள்ளைக்காரர்கள் மெதுவாக அங்கங்கே டிராயரில் நடந்துகொண்டிருந்தார்கள். அவர்களுக்கு டை தேவை இல்லை. பாலகன் 'குட் ஈவினிங் சார்' என்றான்.

நுழைந்தேன். மிகப் பெரிய ஓட்டல். அதிக ரூபாய் அறைகள். லிப்டில் சங்கீதம், மானாவாரியாக கார்பெட், வாத்தியாரே!

'ரிசப்ஷன்' என்கிற போர்டுக்குப் பின் உட்கார்ந்திருந்தவள் சிரித்தாள். என்னைப் பார்த்து ஸின்தெட்டிக் புன்னகை. 'மே… ஐ' என்றாள். நான் கவனிக்காமல் நடந்தேன். எதிரே கண்ணாடிக் கதவு தெரிந்தது. அதன் வாயிலில், 'தி ஆம்பர் ரூம்' என்று நியான் ஒளிர்ந்தது. கதவருகில் ஒரு போர்டு. அதில் 'டைன் அண்ட் டான்ஸ் வித் வெரோனிக்கா' என்று பிளாஸ்டிக் எழுத்துக்கள் அழைத்தன. அந்த வெரோனிக்கா இரண்டு கைகளையும் தூக்கிக்கொண்டு சிரித்துக் கொண்டிருந்தாள், போட்டோவில் தான். வெட்டப்பட்ட தலை மயிர் அவள் தோள் வரை புரண்டது. அவள் உடம்பின் அமைப்பைப் பற்றிச் சந்தேகத்துக்கு எதுவும் இடம் வைக்காமல் உடுத்தியிருந்தாள். அதிகம் அழகில்லை. ஆனால் அதை யார் கவனித்தார்கள்? அதிகம் அணியவில்லை… 'ஸின்ட்டிலேட்டிங் காபரே' என்று பக்கத்தில் எழுதியிருந்த எழுத்துக்களே சுண்டி வெட்டின. என் கடமை, கண்ணியம் கட்டுப்போட்ட முழங்கால் இவை குறுக்கிட நான் என்னுள் சொல்லிக்கொண்டேன். நான் தேட வேண்டியது அந்தப் பெண்ணை. நான் இங்கு வந்தது வேவு பார்க்க… வெரோனிக்கா வின் அங்கங்களை அல்ல!… நோ, விலகு சாத்தானே!

'அடிஷனல் ஸென்ஸேஷன்! 'டான்ஸ் ஆஃப் தி கோல்டன் காடெஸ்' என்றது போர்டு.

நான் உள்ளே நுழைந்தேன். எனக்கு அதிர்ஷ்டம் அங்கேயும் காத்திருந்தது.

அந்தப் பெண், என்னை நிறுத்திய பெண், உள்ளே ஒரு இளைஞனுக்கு எதிரில் ஒரு மேஜையில் உட்கார்ந்திருந்தாள். உடனே தென்பட்டாள். நான் திரும்பிக்கொண்டேன்.

இந்த மாதிரி இடங்களில் எல்லாம் ஏதோ கிருஷ்ணா கபே போல நேராக நுழைந்தோம்; 'என்ன சார் வேண்டும்?' 'என்ன இருக்கு!' 'சூடா, மசால்வடை, போண்டா, ரவா, சாதா…' 'ரவாவும் கொத்ஸும் கொண்டுவாங்க, முதல்ல வாட்டர்…' என்று இயல்பாக ஒன்றும் நடக்காது. முதலில் தலை வெய்ட்டர் என்னை நோக்கி வந்தான். 'குட் ஈவினிங் சார். டேபிள் ரிசர் வேஷன் இருக்கிறதா?' என்றான்.

'இல்லை' என்றேன்.

'ஐ'ம். ஸாரி சார் ! முன்னாலேயே ரிசர்வ் செய்யவேண்டும் என்றான் தலை.

'உன் பெயர் என்ன?' என்றேன்.

'கூப்சந்த்.'

'கூப்சந்த்! எவ்வளவு இடம் இருக்கிறது, பார்! தூண் ஓரத்தில் ஒற்றை நாற்காலியும் டேபிளும் போடுவதற்கு எவ்வளவு நேரம் ஆகும்!'

நோட்டு கை மாறியது. கூப்சந்த், 'உங்களுக்கு இல்லாமலா!' என்று சுறுசுறுப்பானான். மயன் மாதிரி கையைச் சொடக்கினான். இரண்டு 'உதவிகள்' வந்தார்கள். ஓரத்தில் சுகமான நிழலில் ஒரு மேஜை வைத்து, விரிப்பு அமைத்து, பூ வைத்து, தயார் செய்தான். நான் அவனுக்குப் புன்னகையில் வந்தனம் சொல்லிவிட்டு உட்கார்ந்தேன்.

அங் கங் கங் கங்கே அலட்சியமாகப் புள்ளி வைத்தாற்போல விளக்குகள். வெளிச்சம் கண்ணைக் கூசாமல் இழைய வைத்த வர்ண தந்திரங்கள்.

அவர்கள் உட்கார்ந்திருந்தார்கள். சாப்பிட்டார்கள். சல்லாபித்தார்கள். எனக்கு எதிரே நான்கு இளைஞர்கள் சோம்பேறித்தனமாக சாக்ஸபோன் பிரதானமாக ஒரு மெட்டை வழிய வைத்துக்கொண்டிருந்தார்கள்.

நடுவே இடம் காலியாக இருந்தது. அந்த இளைஞர்கள் சற்று நேரத்தில் உருட்டப்போகும் ராக் நடனப் பாட்டுக்கு அவர்கள் குலுக்கி அதிர்ந்து மேக்கப் கலையாத ஆச்சரியத்தில் ஆடப் போகிறார்கள். அதற்கான இடம்.

கண்ணாடிக் கதவு திறந்து மேலும் அழகான பெண்களும் அவர்கள் அடிமைகளும் நுழைந்து, சிரித்து நடந்து அடைந்து உட்கார்ந்தார்கள். நான் நிழலின் மறைவிலிருந்து அந்தப் பெண்ணைப் பார்த்துக்கொண்டிருந்தேன். அவள் கருநீல நிறத் தில் பை வைத்திருந்தாள். ஸ்லீவ் இல்லாத ரவிக்கை, கலப்படம் இல்லாத உடல் வெண்மை. தன் எதிரில் இருந்தவனுடன் அதிகம் பேசவில்லை. அவ்வப்போது மரியாதைக்குச் சிரித்தாள். அதிகம்

நட்பு இல்லை என்று நினைத்தேன். சுற்றிலும் பார்த்தாள். பேசிக்கொண்டே அவள் பார்வையின் பெருக்கல் என்மீது வருவதற்குள் நான் மெனுவின் பின் மறைந்தேன்.

அவர்கள் எல்லோரும் வெரோனிக்கா எப்போது வரோனிக்கா என்று காத்திருந்தார்கள். டிரம்களை ஆசை தீர உடைத்தார்கள். சலங்கை சப்தங்களும் பஞ்சு வைத்து வில்லடிக்கும் சப்தங்களும் 3/3 துடிப்பில் ஒன், டூ, த்ரீ, சற்று விலகி ஒன் டூ என்ற பாஸ்ஸநோவாவில் லத்தீன் அமெரிக்காவின் சூடு தரும் லயத்துடன் கவர்ச்சிகரமாக வாசித்துக்கொண்டிருந்தார்கள்.

தைரியமுள்ளவர்கள் சிலர் தங்கள் லஜ்ஜைகளை நாற்காலியில் விட்டுவிட்டு நடுவில் வந்து ஆடினார்கள். இளைஞர்களின் வாத்திய சங்கீதத்தில் துடிப்பு அதிகரித்தது. டிர்ர்ர்ரய்ஞ்!... என்று அகார்டியனைக் கீறினான், அந்த தாமஸோ, எவனோ. ஜாஸ் டிரம் வாசித்தவனின் அருகில் இருந்த ஒரு பெரிய ஜால்ரா நாலு அடிக்கப்புறம் ஜல், நாலு அடிக்கப்புறம் ஜல் என்று தானாக இயங்கும் மெஷின் போல ஜல்ல, அவர்கள் ஆடினார்கள்.

நான் அந்தக் கால்களின் இயக்கத்தையே கவனித்து வந்தேன். அந்தக் குழப்பத்தில் அந்தப் பெண்ணைத் தவறவிடக் கூடாது. என்ன ஆட்டம்! ஒரு குலுங்கல், ஒரு திருப்பம், ஒரு தடவை தலையைச் சாய்த்தல். இதே திரும்பத் திரும்ப. இளைஞர் களுக்குத்தான் அதில் ஏதாவது களிப்பு, சுவாரஸ்யம் இருக்கும். மிக இளைஞர்களுக்குத்தான்.

தொண்டை கட்டின டெனார் ஸாக்ஸ் அது. அதை அதற்கு உரித்தான பிசிறுடன் வாசித்தான். அப்படி வாசித்தால் அது சில நரம்புகளை என்னவோ செய்யும்.

பாப் என்னும் இன்றைய தினத் துடிப்பில் அந்த இளைஞர்கள் தங்கள் எதிர்காலக் கவலைகளை மறந்து ஆடிக்கொண்டிருக்க, என் மனத்தில் இருந்த கடமை உணர்ச்சியை, என் மூக்கெதிரே தெரிந்த இளம் பெண்களின் இடுப்புப் பிரதேசங்களும், அவை சுற்றின சுற்றுக்களும், தற்செயலாக சில ஸ்கார்ட்கள் காட்டிய அதிக வெண்மைகளும் மிகவும் கலைக்க முற்பட்டன. ஆனால் நான் கடமையை மீறவில்லை! அந்தப் பெண்ணையே கண்காணித்துக்கொண்டிருந்தேன்.

கடிகாரத்தைப் பார்த்தேன். 8-45. 24 மணிநேரம் என்று நடேசனிடம் சொன்னேன். 24 மணி நேரம் இன்னும் ஆகவில்லை. இன்று முழுவதும் நடேசனைப் பார்க்கவில்லை. அவர் என்ன நினைத்துக்கொண்டிருப்பாரோ?

என்னை இந்த இடத்தில் பார்த்தால் என்ன நினைப்பார்?

பாட்டு நின்றது திடீரென்று. எல்லாரும் கை தட்டினார்கள். தத்தம் விட்டுச் சென்ற வம்புகளுக்குத் திரும்பினார்கள். பெண்கள் சிரித்தனர். ஆண்கள் தொடர்ந்தனர்.

ஒரு வழுக்கைத் தலை ஆசாமி நடுவில் வந்து நின்றான். அவன், கையில் மைக்கைத் தன் சொந்த சொத்துப்போல் கவர்ந்து கொண்டு, அதை உதட்டருகில் கொண்டு சென்று, லூயி ஆம்ஸ்ட்ராங் பேசிக் கேட்டிருக்கிறீர்களா, அதைப் போலப் பிசிறினான். 'லேடிஸ் அண்ட் ஜென்டில்மேன், ப்ரஸெண்டிங் தி ஒன் அண்ட் ஒன்லி வெரோனிக்கா' என்றான். விளக்குகள் அணைந்தன. ஒரே ஒரு வட்டத்தைத் தவிர. வரவேற்க டிரம்கள் அதிர்ந்தன.

எனக்கு அருகில் இருந்தவர், தூண் மறைக்கும் என்று நாற்காலியை இழுத்து போட்டுக்கொண்டார். அந்த இடத்து வானிலையில் ஒரு ஆர்வம், ஒரு மின்சாரம் பரவியது.

டிரம்கள் நின்றன.

மெதுவாக மிக மெதுவாக...

தந்த தாரம் தனந்த தந்த தாரம் என்கிற லயம் புறப்பட்டது. அதன் அழுத்தம் அதிகமாகியது.

சுலபமாகச் சிரித்துக்கொண்டு ஒரு பெண் ஒளி வட்டத்துக்கு வந்தாள். சிலர் கை தட்டினார்கள்.

தட்டினவர்கள் பாதிப்பேர் வாத்யகோஷ்டி ஆசாமிகள். மற்றவர்களுக்குக் கை தட்டுவதற்கு அவகாசமில்லை. ஏனெனில் வந்தவளையே கவனித்துக்கொண்டிருந்தார்கள்.

(குறிப்பு: பதினெட்டு வயதுக்குக் குறைவானவர்கள் இனி வரும் வரிகளைப் படிக்கக்கூடாது.)

அவள் பிரமிக்கும் சிவப்பில் சிவப்புக் கொடி, சிவப்பில் கார்டிகன் அணிந்திருந்தாள். இடுப்பில் கருநீலத்தில் ஸ்கர்ட்

அணிந்திருந்தாள். அவள் நடக்கும்போது, அந்த ஸ்கர்ட்டின் மடிப்புகள் வெடிக்கும்போது, விரியும்போது அது எவ்வளவு சன்னம் என்று தெரிந்தது. எது? அந்த ஸ்கர்ட் துணி. ஒரே ஒரு முத்து மாலையும் காதுகளில் இரண்டு வளையங்களும் இடது கையில் மட்டும் வளையல்களும் வலது கையில் ஒரு வாட்சும் அணிந்திருந்தாள்.

அவள் பார்வைக்கு மிக இள வயதினளாகவும் மிகவும் விண் என்று நாண் ஏற்றப்பட்ட வில்லாகவும் தென்பட்டாள்.

வாத்தியகோஷ்டி தந்ததாரித்துக் கொண்டிருந்தது. அவள் மெதுவாக அசைந்தாள். அந்த அசைவு அந்த வயதுக்கு ஏற்ப இருந்தது. அவள் நகர நகர அந்த ஒளி வட்டம் அவளையே சூழ்ந்துகொண்டு உடன் வந்தது. மற்ற இடமெல்லாம் இருட்டு.

அவள் நடந்தாள், சிரித்துக்கொண்டே. அந்த நடையில் ஆதார மான ஈடன் தோட்டத்துக் கவர்ச்சியும் இருந்தது.

ஒரு தடவை என் மிக அருகில் அவள் வர, அந்த ஒளி வட்டத்தின் பெனம்ப்ராவில் நான் தெரிய ஆரம்பிக்க, சங்கடமாக நாற் காலியைப் பின் வாங்கிக்கொண்டேன்.

தம் என்று ஏதோ அதிர்ந்தது.

பத்து என்று வழுக்கையின் குரல் ஒலித்தது.

வெரோனிக்கா தன் இடது கை வளையல்களைக் கழற்றி விசிறி எறிந்தாள். மீண்டும் லயம். மீண்டும் சுழற்சி, சிரிப்பு, மீண்டும் தம்.

'ஒன்பது' என்றான் வழுக்கை.

வெரோனிக்கா தன் முத்துமாலையைக் கழற்றினாள்.

மீண்டும் சுழற்சி. மீண்டும் தம்.

'எட்டு.'

காது வளையங்கள் சுழன்றன... தம்.

'ஏழு.'

கார்டிகனின் ZZZ ப்!

'ஷ்ய்' என்று ஒரு மூலையிலிருந்து பஞ்சாபி விசில்.

'ஆறு.'

ஸ்கர்ட் உதிர்ந்தது. அவள் காப்பி நிற உடல் நீச்சல் உடையில் பளபளத்தது.

'ஐந்து.'

இரண்டு நட்சத்திரங்கள், பூ.

'நான்கு.'

ஒரு பூ ஒரு பூ பூ பட!

முழு இருட்டு. பின், இரண்டு செகண்டுகளில் வெளிச்சம் வந்தபோது வெரோனிக்காவைக் காணோம்.

எல்லோரும் சற்று ஏமாற்றத்துடன் கைதட்டினார்கள்.

எனக்கு அருகில் இருந்தவர், 'சனிக்கிழமைகளில் மட்டும் சைபர் வரை போகும் இந்த ஆட்டம்' என்றார்.

நான் எழுந்துவிட்டேன். ஏன் என்றால் அந்தப் பெண்ணைக் காணோம். யாரை? நான் வேவு பார்த்து வந்தவளை. எனக்கு 'திக்' என்றது. மறுபடியும் நான் கோட்டை விட்டு விட்டேனா? உடனே இரண்டு பத்து ரூபாய் நோட்டுக்களை மிளகு பிளாஸ்டிக்கின் அடியில் செருகிவிட்டு இரண்டு எட்டில் கண்ணாடிக் கதவுக்கு வந்து திறந்து நின்றேன்.

நல்லவேளை, தப்பிவிடவில்லை. அவள் ரிசப்ஷ னுக்கு அருகில் தாண்டி, இடது பக்கம் தங்கும் அறை கள் தொடங்கும் காரிடாரில் செல்வதைப் பார்த்தேன். மெதுவாக, நிதானமாக, பதற்றமில்லாமல், அழகாக, ஓயிலாக நடந்து சென்று கொண்டிருந்தாள். அவள் மட்டும். அந்த இளைஞனை எங்கேயோ கழட்டி யிருக்கிறாள். நான் பின்தொடர்ந்தேன். தொடர்ந்த அவள் பின்பக்கம் அழகான ஒரு இத்தாலிய நடிகையின் பின்பக்கத்தை ஞாபகப்படுத்தியது.

நீளமான காரிடர். அதன் கடைசியில் இருக்கும் அறையில் அவள் நுழைவது தெரிந்தது. மூன்று விளக்குகள். நான் நடக்க, என் பூட்ஸ் ஒலி தரையில் கேட்டது. மூடப்பட்ட கண்ணாடிக் கதவிலிருந்து தப்பி வந்த கானம் 'ரிட்டர்ன் டு மீ.'

நான் அந்த அறையை நெருங்க நெருங்க ஒலி குறைந்தது.

அந்த அறையை அடைந்தேன். நின்றேன். கவனித்தேன். உள்ளே பேச்சுக் குரல் கேட்கவில்லை. சில சாமான்கள் நகர்த்தப்படும் ஓசை மட்டும் கேட்டது.

உள்ளே நுழைவதா?

'நேராக நுழைவது முட்டாள்தனமா?' என்று யோசித்தேன். 'இல்லை' என்று தீர்மானித்தேன். அந்த அறையில் கதவைத் தட்டினேன்.

'இட்ஸ் ஒப்பன்' என்ற பதில் வந்தது.

திறந்தேன்.

அவள் டிரஸ்ஸிங் டேபிள் அருகில் உட்கார்ந்து தன் இமைகளை தீற்றிக்கொண்டிருந்தாள். கண்ணாடி வழியாக, திறந்த கதவை யும் நின்ற என்னையும் பார்த்தாள்.

'ஹூ இஸ் இட்?' என்றாள்.

நான் கதவை மெதுவாகப் பின் காலால் மூடினேன்.

அவள் திரும்பவில்லை. கண்ணாடி மூலமாகவே என் முகத்தைத் தேடினாள். என்னை அடையாளம் கண்டுகொண்டாளா என்பதை அவள் முகத்திலிருந்து என்னால் தெரிந்துகொள்ள முடிய வில்லை. ஒன்று அவள் நன்றாக நடிக்கிறாள்; அல்லது நிஜமாகவே என்னை யார் என்று நினைவில் தேடுகிறாள். நடிக்கிறாள் என்றுதான் தெரிந்துகொண்டேன்.

'ஏன் கதவைச் சாத்துகிறீர்கள்?' என்றாள்.

நான் அருகே சென்று, 'மிஸ், உன் உடம்பு, அழகான உடம்பு; அதைத் துன்புறுத்த அவசியம் ஏற்படக்கூடாது' என்றேன்.

'வாட்ஸ் ஆல் திஸ்?' என்றாள். அவள் குரலில் பயம் தெரியவில்லை.

'சப்தம் போடக்கூடாது. தழைப் பேச வேண்டும். இங்கேயே உன்னைக் கொல்லக்கூடிய தயார் இருக்கிறது என்னிடம். அந்த ஆசாமி எங்கே?'

'எந்த ஆசாமி? என்ன சொல்கிறீர்கள் நீங்கள்?'

'சப்தம் போடாதே, பாசாங்கு செய்யாதே. அந்த ஆசாமியை எங்கே அடைத்து வைத்திருக்கிறீர்கள்?'

'எந்த ஆசாமியை?'

'உனக்குத் தெரியும். சாகசம் செய்யாதே! ஒரு தடவைதான் சாகசம் செல்லும். ஒரு தடவை ஆகிவிட்டது. இது, இதோ பார், இரண்டாம் தடவை. தவ்லா குவான் டர்னிங் அருகில் கடத்திச் சென்றீர்களே விஞ்ஞானி, அவர் எங்கே? எங்கே அடைத்து வைத்திருக்கிறீர்கள்?'

'நீங்கள் என்ன பேசுகிறீர்கள் என்பதே எனக்குப் புரிய ஆ!'

பேசிக்கொண்டே திருட்டுத்தனமாக டெலிபோனை நோக்கிச் சென்ற அவள் கையைப் பிடித்து மடக்கிப் பின்புறம் அழுத்தி யதும் ஏற்பட்ட... ஆ!

மற்றொரு கையையும் பற்றிச் சேர்த்துக்கொண்டு வாயைப் பொத்திக் காதருகில் சொன்னேன். ('மெத்' என்று இருந்தாள். வாசனையாக இருந்தாள். சன்னமாக இருந்தாள்.) 'என்னிடம் ஒரு சிகரெட் லைட்டர் இருக்கிறது. அதன் ஜோதி கிளிக் என்றால் கிளம்பும். உன் முதுகு நன்றாகத் திறந்திருக்கிறது. அந்த ஜோதி உன் முதுகில் விளையாடும். உன்னால் சப்தம் போட முடியாது. உன் கழுத்தில் இந்த இடத்தில் இரண்டு விரல்கள் போதும். இதோ, இப்படி. எங்கே சப்தம் போடு பார்க்கலாம்? ம்! உரக்க!'

அவளால் கத்த முடியவில்லை.

'சிஸ்டர்! இதில் நான் கரைகண்டவன். மறுபடி காட்டட்டுமா?'

'வேண்டாம், வேண்டாம்' என்றாள். அந்தக் கழுத்து நரம்பைப் பிடிப்பது மிகவும் வேதனை தரும். எனக்குத் தெரியும். வாயைப் பொத்தத் தேவையில்லை.

'சொல்... என்றேன்.'

'எனக்கு ஒன்றும் தெரியாது' என்றாள்.

நான் சிகரெட் லைட்டரை ஏற்றினேன்.

'வேண்டாம் வேண்டாம்' என்றாள்.

'நீலமான ஜோதி' என்றேன், அதை அருகில் கொண்டு சென்று.

'வேண்டாம், சொல்கிறேன்.'

லைட்டரை அணைத்தேன்.

அவள் சொன்னாள்: 'உங்கள் விஞ்ஞானியை இவர்கள்...' அதே சமயம் கதவு திறந்தது. 'ரேணு' என்று கூப்பிட்டுக்கொண்டு ஒரு நடுத்தர வயது ஆசாமி நுழைந்தான். உடனேயே மூன்று பேர் நுழைந்தார்கள். என்னைப் பார்த்தான். அந்தப் பெண்ணைப் பார்த்து, 'ஹலோ! விருந்தாளி யார்?' என்று கேட்டான்.

'இவர் விஞ்ஞானியைச் சந்திக்க வந்திருக்கிறார்' என்றாள் ரேணு.

'ஏய்' என்று மற்ற மூன்று பேர்களுக்கும் சமிக்ஞை செய்தான்.

நான் துப்பாக்கி கொண்டு வராதது எவ்வளவு தப்பு என்று யோசிக்க நேரமில்லை எனக்கு...

அவர்கள் நான்கு பேரும் என்னை அணுக, நான் சட்டென்று ரேணுகாவைக் கழுத்தோடு கழுத்தாக அணைத்துக் கொண்டேன்.

'இன்னும் ஒரடி முன் வந்தால் அவள் கழுத்தை நெரித்துக் கொன்று விடுவேன்' என்றேன். அவர்கள் நின்றார்கள். மற்ற மூவரும் 'ஏய்' என்று சொன்னவனைப் பார்த்தார்கள்.

ரேணு என் அழுத்தத்தில் துடித்தாள். என் மூக்கைப் பவுடர் மணம் படையெடுத்தது. அவள் மார்பின் துடிப்பு எனக்குத் தெரிந்தது. அதன் அமைப்பில் அதிகம் பொய் இல்லை என்பதை உணர்ந்தேன். ஷீ வாஸ் ஸாஃப்ட்.

அவன் அசையாமல் என்னைப் பார்த்தான். மெதுவாக என்னை அணுகினான்.

நான் மேலும் அவளை இறுக்கினேன். அவள் துவண்டாள். துடித்தாள். 'ப்ளீஸ் ப்ளீஸ், எனக்கு வலிக்கிறது' என்றாள். இறுக் கின இறுக்கலில் 'எனக்கு' என்பது 'எலக்கு' என்று ஒலித்தது.

'மேலே நகராதே. நான் அவளைக் கொன்று விடுவேன்!' இறுக்கினேன்.

'ஆ!' என்றாள் ரே.

'கொல்லட்டும். கிட்டப்போய்ப் பிடி' என்று ஆணையிட்டான். அவர்கள் அணுகினார்கள்.

'ஜாக்கிரதை, அவளை இழந்துவிடுவீர்கள்!' 'ஆ!' 'ம்!' 'ஓ! நோ ஜாக்கிரதை கிட்ட வராதீர்கள்.' 'ஓ!' 'போ! கொல்லட்டும். பிடி!'

நான் இதை எதிர்பார்க்கவில்லை. இப்படித்தானே ஸ்பை படங்களில் எல்லாம் தப்பிப்பார்கள்! இவர்கள் கொல்லட்டும் என்கிறார்கள். எனக்குக் கொல்லத் தைரியமில்லை என்று தெரிந்துகொண்டார்களா?

தைரியம் இல்லாமல் இல்லை. விருப்பம் இல்லை.

நான் அந்தப் பெண்ணை விட்டுவிட்டேன்.

'கொல்கிறவன் மூஞ்சியைப் பார். அழுக்கு கோழிக் குஞ்சைப் போல.'

நான் இங்கிருந்தேன். அவர்கள் சுமார் எட்டடி தூரத்தில் இருந்தார்கள். என்னை அவர்கள் அணுக, நான் குறுக்கே பாய்ந்து ஓடத் தொடங்கி, திடீர் பிரேக் போட்டு நிறுத்தி அதனால் அவர்களுக்கிடையே நடந்த இடைவெளியில் தப்பி ஓட நினைக்க அதுவும் சரிப்பட்டு வரவில்லாமலிருக்க (திருத்தவும், அவசரம்) சுவரில் பாய்ந்து லைட் ஸ்விட்சை அணைத்தேன். இருட்டில் குத்து மதிப்பாக ஓட, யார் மேலோ மோதி விழுந்தேன். உடனே எழுந்தேன். யாரோ நெருப்புக் குச்சி ஏற்ற, வெளிச்சம் வந்த இடத்தை நோக்கி முஷ்டியை வீசினேன்.

'தட்' என்று ஒரு மீசை சிதறியது. சரியான அடி. என் முஷ்டியில் ரத்தத்தை உணர்ந்தேன். அந்தப் பெண்தான் என்று ஊகிக்கிறேன். அவள் மறுபடி விளக்கைப் போட காமிக் படம்போல அவர்கள் ஒருவரை ஒருவர் அடித்துக்கொண்டு சுதாரிக்க, வாசலை அவன் மறைத்துக்கொண்டு நிற்பதைப் பார்த்து நான் பாத்ரூம் பக்கம் ஓட, குறுக்கே டேபிள் லைட்டுக்காக மொட்டியிருந்த ஒயரில் இடறி விழ, உடனே எழ, வந்தவனை இடுப்பில் சரியான இடத்தில் உதைத்துவிட்டுத்தான் மாட்டிக்கொண்டேன்.

அப்போதுதான் கண்ணாடி நிறைய சிதறி இருப்பதைக் கவனித்தேன்.

நெருப்புப் பெட்டி என்னை வந்து ஒரு விடு விட்டான். நான் எகிறிக் குதித்து அவனை உதைத்தேன். அதற்குள், 'ஏய்' சண்டையை நிறுத்தி, 'அவனை முதலில் கை கால் எல்லாம் கட்டிப் போடலாம். அப்புறம் சாவகாசமாக அடிக்கலாம். நம் விருந்தாளியை மீட்டுச் செல்ல வந்திருக்கிறான்! ஹரி மேன்! பெரியவரிடம் சொல்ல வேண்டும்' என்றான்.

'அறையைக் கெடுத்துவிட்டான். நான் இவனைப் பாலத்தில் பார்த்திருக்கிறேன்' என்றாள் ரேணு.

அவள் வார்ட்ரோபுக்குச் சென்று ட்ரஸ்ஸிங் கவுனிலிருந்து சில்க் கயிற்றை உருவினாள். கைக்குட்டைகள், டவல்கள், போத வில்லை. ப்ரேசியர்களைச் சேகரித்தார்கள்.

'கெட்டியாகக் கட்டி, பாத்ரூமில் தாற்காலிகமாக உருட்டுங்கள். பெரியவரிடம் கேட்டு வருகிறேன், என்ன செய்ய வேண்டும் என்று.'

முரட்டுத்தனமாக, தேவைக்கு அதிகமாக, கன்னா பின்னா என்று கட்டினார்கள். தேவைக்கு அதிகமாக இறுக்கினார்கள். வாயில் அடைந்திருந்த கைக்குட்டைகள் நாஃப்தலின் மணம் அடித்தன. என் இரண்டு கால்களையும் சேர்த்துக் கட்டி என்னை அரை வட்டமாக வளைத்து பின்பக்கம் கைகால்களைச் சேர்த்துக் கட்டினார்கள். பாத்ரூமில் உருட்டினார்கள்.

'கொன்றுவிடலாமா?' என்று கேட்டான் ஒருவன், பனாமா பாக்கெட்டிலிருந்து ஒரு கசங்கிய சிகரெட்டை உதிர்த்துக் கொண்டு.

'கூடாது. வண்டி வந்ததும் ரிட்ஜ் பக்கம் கொண்டுபோய் உருட்டி விடுவார்கள். வா ரேணு! டேய், பார்த்துக்கொள்...'

வாசலை மறைத்துக்கொண்டு என்னைப் புன்னகையுடன் பார்த்துக்கொண்டிருந்த ரேணு, 'நீங்கள் போங்கள். ஒருவன் வாசலில் இருந்தால் போதும். சற்று நேரம் நான் இவனைப் பார்த்துக் கொள்கிறேன். போய் வண்டி கொண்டு வாருங்கள். இவனுக்கு ஒரு சிறிய பாடம் கற்றுக் கொடுக்கவேண்டும் எனக்கு!'

'ஜாக்கிரதை!'

'அதுதான் கட்டிப் போட்டிருக்கிறதே. அவனிடம் கொஞ்சம் வேலை இருக்கிறது. வெளியே ஒரு ஆளை நிறுத்தி விட்டுச்செல். தேவைப்பட்டால் கூப்பிடுகிறேன். அப்புறம் ராம்! அவன் பையில் ஒரு சிகரெட் லைட்டர் இருக்கிறது. அதை எடு.'

'சிகரெட் லைட்டரா?'

'ஆம்.'

ராம் என்னை நிமிர்த்தி என் பைகளைச் சோதனை போட்டு இடது பக்கப் பாக்கெட்டில் இருந்த லைட்டரை எடுத்து அவள் பக்கம் எறிந்தான். அவள் அதைப் பிடித்தாள்.

'தாங்க்ஸ், நீங்கள் போகலாம்' என்றாள்.

நான் அசிங்கமான கோணத்தில் கிடந்தேன். நானும் அவளும் தனியாக இருந்தோம். 'என்னிடம் ஒரு சிகரெட் லைட்டர் இருக்கிறது! அதன் ஜோதி 'க்ளிக்' என்றால் கிளம்பும். ஒரு சிகரெட் லைட்டர் என்ன என்ன வேலை எல்லாம் செய்யும் தெரியுமா, உனக்கு?' என்று கேட்டாள்.

'தெரியும்' என்றேன்.

'எனக்குத் தெரியாது. உன்னிடமிருந்து தெரிந்து கொள்ள ஆசை' அவள் லைட்டரை ஏற்றினாள். அணைத்தாள். சிரித்தாள். 'உன் முதுகின் நடுவில் காட்டினால் என்ன ஆகும்?' என்று அருகில் வந்து குனிந்து சரக் என்று என் சட்டையை முதுகுப் பக்கம் கிழித்தாள்.

'பனியனையும் கிழி' என்றேன்.

'தேவையில்லை, இந்தப் பரப்பு போதும்.'

'என்னால் நிறைய வேதனையைத் தாங்க முடியும். நீ எதிர்பார்ப்பது நடக்காது' என்றேன். எனக்கு மிக அருகில் மண்டியிட்டு உட்கார்ந்தாள். 'பார்க்கலாம்' என்றாள்.

ஏற்றினாள் லைட்டரை.

ஊதி அணைத்தேன்.

சிரித்து மறுபடி ஏற்றினாள்.

'வெளிச்சம் காட்டுவதற்கு முன், அங்கே கொஞ்சம் அரிக்கிறது. சொரிந்துவிட்டுச் செய்யலாம். ரொம்பக் கடமைப்பட்டவனாக இருப்பேன்' என்றேன்.

'உன் பெயர் என்ன?' என்று கேட்டாள்.

'லைட்டரை முதுகில் காட்டுவதற்குப் பெயர் அவசியமா?'

'உன்னை எனக்குப் பிடிக்கிறது' என்றாள்.

'பிடிக்கிறது என்றால் ஒரு காரியம் செய்யேன். என் கையைப் பின்பக்கம் மடக்கி முடிச்சு போட்டிருக்கிற அந்தக் கயிற்றைக் கொஞ்சம் அவிழ்த்துவிடு, பார்க்கலாம்.'

'நான் அதைத்தான் செய்யப் போகிறேன்!'

'என்ன இது ஜோக்கா?'

'இல்லை நிஜம்.'

'நீ யார் கட்சி?'

'ஒருவர் கட்சியும் இல்லை. நான் உனக்கு உதவி செய்யப் போகிறேன்.'

'இன்று என் அதிர்ஷ்ட தினம் போல!'

'நீ என்னைக் கொல்வதாகப் பயமுறுத்தியபோது என் குரல் வளையைப் பிடித்து நெறித்தபோது அவன் என்ன சொன்னான். பார்த்தாயா?'

'கொல்லட்டும், பரவாயில்லை. கிட்டப் போ' என்றான். ஹாரிபில்!'

'எனக்கு எவ்வளவு வருத்தமாக இருந்தது, தெரியுமா?'

'இருக்காதா பின்னே! முடிச்சைக் கொஞ்சம்...'

'இவர்களுக்கு எவ்வளவு தூரம் உதவி செய்தேன்! இரக்க மில்லாதவர்கள்' என்று கட்டுகளை அவிழ்த்துக்கொண்டே சொன்னாள்.

'நான் நினைத்தேன்... நிஜமாகவே கிராதகர்கள், உன் உயிர் அவர்களுக்கு அலுமினிய பைசா நாணயம்போல!'

'என்னை விட்டதற்கு உனக்கு விடுதலை.'

நான் எழுந்து உடம்பை முறித்துக்கொண்டேன். மூட்டுக்கு மூட்டு வலித்தது.

ரேணு சொன்னாள்... 'இதோ பார், பேசாமல் போய்விடு. இவர் களுடன் வம்பு வைத்துக்கொள்ளாதே! இவர்கள் இரக்கமில்லாத வர்கள். எதையும் செய்யக் கூடியவர்கள். உன்னை நாயாக அடித்து டில்லி எல்லைக்கு வெளியே சாக்கடையில் போட்டுவிடு வார்கள்.'

'யார் இவர்கள்?'

'கெட்டவர்கள்'

'நீ எப்படி இவர்களுடன் சேர்ந்தாய்?'

'அதைச் சொல்லப் பதினைந்து நிமிஷம் ஆகும்.'

'பதினைந்து நிமிஷம் எனக்கு இல்லை. அந்த விஞ்ஞானியை எங்கு அடைத்து வைத்திருக்கிறார்கள்?'

'பேசாமல் போய்விடு. இவர்கள் வழியில் குறுக்கிடாதே. நீ ஒரு தனியான ஆள்.'

'நான் வந்தது ஓடிப்போவதற்கல்ல. அந்த டாக்டர் ராமச் சந்திரனை மீட்டுச் செல்வதற்கு. எங்கே அடைத்து வைத்திருக் கிறார்கள், சொல்.'

'இந்த ஓட்டலின் அனெக்ஸில். அங்கே உன்னால் போக முடி யாது. காவல் பலம் அதிகம். முட்டாள்தனமாக அவர்களுடன் மோதப் போகிறாயா நீ?'

'முட்டாள்தனமாக இல்லை, புத்திசாலித்தனமாக. எனக்கு உதவி செய்ய ஆரம்பித்து விட்டாய். கூடக் கொஞ்சம் அதிகப்படியான உதவியும் செய்துவிடேன். ஸ்வீட் கர்ல்! டாக்டர் எங்கே என்று சொல்லிவிடு.'

'நான் அடையாளம் சொல்லி மாளாது. சொல்லவும் தெரியாது. அந்த இடம் எனக்குத் தெரியும். என்கூட வந்தால் காட்டுகிறேன். ஆனால் எப்படி என்னால் வெளியே போகமுடியும்? வெளியே இரண்டு ஆட்கள் காவலுக்கு நிற்கிறார்களே!'

'நான் சொல்கிறபடி செய். ரூம் சர்வீஸைக் கூப்பிட்டு ஒரு கிளாஸ் லெமன் ஜூஸ் ஆர்டர் பண்ணு.'

'லெமன் ஜூஸ் வேண்டுமா?'

'இல்லை. அதைக் கொண்டு வரும் வெயிட்டர் வேண்டும். நடப்பதைப் பார்.'

ரேணு டெலிபோனை எடுத்து ரூம் சர்வீஸைக் கூப்பிட்டு அறை எண் சொல்லி ஒரு லெமன் ஜூஸ் அனுப்பச் சொன்னாள்.

ரேணு ஒரு பக்கம் உதவி செய்கிறாள் என்கிற நினைப்பே எனக்குப் பாதித் தெம்பு தந்தது. மீதித் தெம்பு ரேணுவை என் அருகில் வைத்துக்கொள்ள மேலும் சந்தர்ப்பங்கள் ஏற்படப் போகின்றன என்கிற நினைவில். 'வாசலில் உனக்காக இரண்டு பேர் காவல் காக்கிறார்கள்.'

'இருக்கட்டும். இதே அறை வாசல் வழியாக நாம் போகலாம் எனக்கு ஒரு விஷயம் தெரியவேண்டும். கட்டிப் போட்ட என்னை டிஸ்போஸ் செய்வதற்கு விசாரித்துக்கொண்டு வருகிறேன் என்றானே, ராம்தானே அவன் பெயர்? அவன் திரும்பி வர எவ்வளவு நேரம் ஆகும். யாரோ ஒரு பெரியவரைப் பார்க்கவேண்டும் என்றானே?'

'அவர் இங்கில்லை. போய் விசாரித்து வர ஒரு மணியாவது ஆகும்.'

'யார் அந்தப் பெரியவர்?'

'நான் பார்த்ததில்லை.'

'நீ யார்?'

'நானா?'

'ஆம். நீனே...'

அவள் பதில் சொல்லுமுன் வாயிற் கதவு தட்டப்பட நான் உடனே கதவோரம் பாய்ந்தேன்.

திறந்து வெயிட்டரை அனுமதித்த கதவு என்னை மறைத்தது. சப்தமில்லாமல் கதவை மூடினேன்.

அவன் லெமன் ஜூஸைக் கவனமாக வைத்துவிட்டுப் பின் என் அடியை வாங்கிக்கொண்டான்.

கராத்தே பாணியில் ஒரு வெட்டு, செம்மையான வெட்டு, அதன் வலிக்கு உரித்தான சப்தத்தை நான் மதிக்கவில்லை. பொத்தி மறுபடி விலாவில் ஒன்று வாங்கினேன். தோளருகில் மறுபடி ஒரு வெட்டு. அப்புறம் திரை போல விழுந்தான். பாவம், மத்திய சர்க்காருக்காக வாங்கிய உதைகள். அப்பாவி. துளியும் சம்பந்த மில்லாதவன். அவனுக்காக இரக்கப்பட்டுக்கொண்டே அவன் உடுப்பைக் கழற்றினேன்.

'என்ன அடி அடிக்கிறாய்!' என்றாள் பயத்துடன்.

'ஆல் இன் தி கேம். கொஞ்சம் அந்தப் பக்கம் திரும்பிக் கொண் டால் உடை மாற்றிக்கொள்கிறேன். அண்டர்வேரில் நான் அப்படி ஒன்றும் ராக் ஹட்ஸன் இல்லை' என்றேன்.

அவள் திரும்பினாள்.

அவள் 'மறுபடி என் பக்கம் திரும்பியபோது, நானும் மயக்கமுற்றிருந்த வெயிட்டரும் உடை மாறி இருந்தோம்.'

'நீ ஒரு அழகான வெயிட்டர்' என்றாள்.

பச்சை குல்லாயை உதறி மாட்டிக்கொண்டேன். 'சுமாராகப் பொருந்துகிறது' என்றேன். என்னைக் கட்டியிருந்த அதே கயிற்றால் அவனைக் கட்டினேன். அவனுக்காக இரக்கப் பட்டுக்கொண்டே அவன் வாயில் கைக்குட்டையை அடைத்து பாத்ரூமில் அவனை வைத்தேன்.

வெயிட்டர் கொண்டுவந்த ஜூஸைக் குடித்து விட்டு அவளிடம் சொன்னேன்: 'எனக்குப் பதில் இவன். அதனால் உடனே தேடமாட்டார்கள். நான் தப்பிப்பது அவர்களுக்குத் தெரியக் கூடாது! நான் முதலில் போகிறேன்... வாசலில் எத்தனை பேர் இருக்கிறார்கள்?'

'இரண்டு பேர்.'

'அனெக்ஸ் எங்கே இருக்கிறது?'

'நீ அங்கே போகப் போகிறாயா?'

'நாம் அங்கே போகப் போகிறோம். நீ எனக்குத் தேவை. அடைத்துவைத்திருக்கும் இடம் உனக்குத் தெரியும் அல்லவா?'

'தெரியும். ஆனால் திறக்க மாட்டார்கள்.'

'திறக்கவைக்கலாம்'

'எப்படி?'

'சாமர்த்தியம். அது அப்போது. நான் முதலில் போகிறேன். சர்வீஸ் வாயில் இந்த ஓட்டலுக்கு எந்தப் பக்கம் இருக்கிறது?'

'காரிடாரின் மறு கோடியில்.'

'மெதுவாகப் பேசு. நான் சொல்கிறபடி செய். நான் போன உடன் நீயும் கிளம்பி வாயிலில் காத்திருப்பவர்களிடம். 'உள்ளே இருக்கிறான். சற்று மயக்கமாக இருக்கிறான். பார்த்துக்கொள்' என்று சொல்லிவிட்டு நேராக வெளியே வந்து ஒரு டாக்சிக்குச் சொல்லிவிட்டு...'

'என்னிடம் கார் இருக்கிறது' என்றாள்.

'எங்கே?'

'பேஸ்மெண்டில்.'

'என்ன கார்?'

'டி.எல்.வி. 3830 நாலு கதவு, நீலம்.'

'குட், நான் துரத்தின கார். அனெக்ஸ் எந்தப் பக்கம் இருக்கிறது?'

'பிரதான கட்டடத்துக்குத் தெற்கே, குறுக்கே கடக்க ஒரு கேட் இருக்கிறது'

'சரி நான் வெயிட்டர் உடையில் அங்கே போகிறேன். சரியாக இரண்டு நிமிஷம் இன்டர்வெல் விட்டு நீயும் புறப்பட்டு வா. அந்த அனெக்ஸின் வாயிலில் சேர்ந்துகொள்வோம். எனக்கு ஒரு பேப்பரும் பென்சிலும் வேண்டுமே...'

அவள் மேஜை டிராயரைப் பிடுங்கி 'சரக்' என்று கிழித்து பேப்பர் கொடுத்தாள். டிரஸ்ஸிங் டேபிளிலிருந்து ஐப்ரோ பென்சிலை

எடுத்துக் கொடுத்தாள்.

'நீ ரொம்ப நல்ல பெண். சமயம் இருக்கும்போது நாம் காதலிக் கலாம்' என்றேன்.

'நாட் இன் திஸ் ட்ரெஸ்' என்றாள்.

'டிரஸ் இல்லாமலா? சரி...'

'ஷட் அப்...'

'சரி, மறுபடி சந்திப்போம்..'

பதினைந்து வருடம் சர்வீஸ் உள்ள வெயிட்டர்போல நான் காலி டம்ளரையும் தட்டையும் எடுத்துக்கொண்டு வெளியில் வந்தேன். கதவை மரியாதையாகச் சார்த்திவிட்டு நடந்தேன்.

வெளியே ஒருவன் நின்றுகொண்டிருந்தான். என்னைப் பார்த் தான். மறுபடி வேறு எங்கேயோ பார்த்தான். அவனைப் பொருத்தவரையில் கணக்கு சரி. ஒரு வெயிட்டர் உள்ளே சென்றான், ஒருவன் வெளியே வந்தான்.

நான் மெதுவாக நடந்தேன். கொஞ்ச தூரம் போனதும், 'ஏய்' என்று கூப்பிட்டான். நான் நடந்தேன்.

'வெயிட்டர்' என்றான்.

திரும்பினேன்.

'ஜி' என்றேன், நின்றேன்.

அவன் என்னை நோக்கி மெதுவாக நடந்துவந்தான். 'ஓடக் கூடாது; காரியம் கெட்டுவிடும். ஓடாதே. இயல்பாக இரு. அவன் இன்னும் என்னை சந்தேகிக்காமல் இருக்கலாம்... கூப்பிடப்பட்ட வெயிட்டர் எவ்வாறு நடந்துகொள்வான்? அப்படி நடந்துகொள்.

அவன் மிக அருகில் வந்து, 'ஒரு படாஸாப் கொண்டுவா' என்றான்.

நான் 'சரி' என்று சொல்லிவிட்டுத் திரும்பி நடந்தேன். தப்பித்தேன்.

நான் முதலில் அந்த அறைக்கு வந்த பக்கத்துக்கு எதிர்ப்பக்கம் நடந்துகொண்டிருந்தேன். சர்வீஸ் வாயில் அந்தப் பக்கம்தான் இருக்கவேண்டும்.

எதிரே ஒரு வெயிட்டர் வேகமாக நடந்து வந்துகொண்டிருந் தான். அவனைத் தடுத்து நிறுத்தினேன்.

'மகராஜ், எங்கே போகிறாய்?'

அவன் என்னைப் பார்த்தான். அவன் கையில் டீ ட்ரே இருந்தது.

'நான் இங்கே புதிது. பெரியவர். படாஸாப் ஒரு ட்ரே டீ கேட்டார்!'

'படா ஸா!பா! வந்திருக்கிறாரா?'

'ஆம்.'

'இந்த ட்ரேயை எடுத்துக் கொண்டு போ. நான் வேறு கொண்டு செல்கிறேன்' என்றான். என் தட்டை வாங்கிக்கொண்டான். இப்போது என் கையில் ட்ரே இருந்தது.

'சர்வீஸ் வாயில் எங்கே இருக்கிறது?' என்றேன்.

'நேராகப் போ, இடதுபக்கம் திரும்பு' என்றான்.

திரும்பினேன்.

'பான்ட்ரி' என்றது ஒரு கதவு. அதைத் திறந்ததும் உஷ்ணக் காற்றும் மசாலா மற்றும் விதவிதமான வாசனைகளும் என்னைத் தாக்கின. பெரிய வெள்ளைத் தொப்பி அணிந்திருந்த அவன் ஒரு கோழியைச் சித்திரவதை செய்துகொண்டிருந்தான். கத்திகள், கத்திகள், மாமிசம் வெட்ட, ரொட்டியின் வயிற்றில் பாவ, கறிகாய் வெட்ட, சீவ, சிதைக்க.

மிகவும் சுறுசுறுப்பான இடம். ஆள் உயரம் கேஸ் சிலிண்டர்கள் நான் பார்த்திராத பிரம்மாண்டமான ஓவன்கள், குக்கிங் ரேஞ்ச் கள். ஒரு ஆளைச் சுலபமாக இங்கே சமையல் செய்துவிடலாம் என்று பயத்துடன் எண்ணிக்கொண்டேன். அந்தச் சமையலறை சிப்பந்திகளும் மிகவும் ஆரோக்கியமாக உடம்பை வைத்துக் கொண்டு ட்யூட்டியில் இல்லாதபோது நாலைந்து பேர்களை

நாலு தட்டுத் தட்டி பல்லை உடைப்பதைப் பொழுதுபோக்காகக் கொண்டவர்கள் போலத் தோன்றினார்கள்.

என் பிரவேசத்தை அவர்கள் கவனிக்கவில்லை. நேராக நடந்தேன். எதிரே தெரிந்த வலைக்கம்பிக் கதவை அடைந்து அதைத் திறந்து வெளிப்பட்டேன்.

வியர்த்தேன். ஒத்திக்கொண்டேன். வேற்று உடை. கையில் டீ ட்ரே! மத்திய சர்க்காரின் கெஜட் பதிவுள்ள ஆபீசர் சார் நான்!

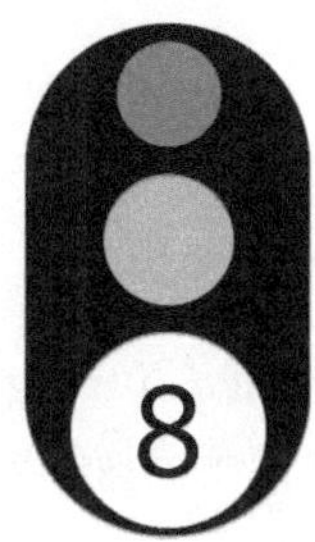

அந்த அனெக்ஸ் சில தனியான சமாசாரங்களுக்கு என்றே அமைக்கப்பட்டதுபோலத் தெரிந்தது. பிரதான ஓட்டலுக்கும் அதற்கும் இடையில் ஒரு கேட்டான் இருந்தது.

ஐந்து மாடிக் கட்டடம் இருந்தது. அந்தக் கட்டடத்தில் அங்கங்கே விளக்குகள் எரிந்துகொண்டிருந்தன. மிக மிகப் பிரகாசமாக ஒரு ஆர்க் விளக்கு, அதன் முன் புறத்தை வெளுத்துக்கொண்டிருந்தது.

அந்த கேட்டில் நின்றுகொண்டிருந்தவன் என்னைச் சுலபமாக அனுமதித்தான். (உடை, ட்ரே)

நான் நிதானமாக நடந்தேன், ரேணு எனக்கு முன்னால் காத்திருந்தாள். கட்டடத்தின் முகப்பில் ஒரு ஹால்போல இருந்தது. அதில் பளபளப்பான மேஜைக்குப்பின் உட்கார்ந்திருந்தவன் ரேணுவைப் பார்த்துச் சிரித்தான். என்னைக் கூப்பிட்டு, 'எங்கே போக வேண்டும், 'ஏய்?' என்று கேட்டான். ரேணு அவனை அணுகி ஏதோ சொன் னாள். அவன் அப்புறம் என்னை ஏதும் கேட்கவில்லை.

நானும் ரேணுவும் பேசாமல் லிஃப்டுக்காகக் காத்திருந் தோம்.

லிஃப்ட் வந்ததும் அதில் நுழைந்ததும் அதன் கதவை மூடிக்கொண்டோம். லிஃப்ட் எங்கள் விரலின் ஆணைக்குக் காத்திருந்தது.

நாங்கள் இருவரும் அந்த 3 X 3 இடத்தில் தனியாக எதிரே ஒருவரை ஒருவர் பார்த்துக்கொண்டிருந்தோம்.

'என்ன செய்ய உத்தேசம்?' என்று கேட்டாள்.

'எல்லாவற்றையும் மறந்துவிட்டு என் வேலையை இங்கேயே ரிசைன் பண்ணிவிட்டு உன்னைக் கொஞ்சலாம் என்று உத்தேசம்' என்றேன்.

'டோண்ட் பி ஸில்லி.'

'ரேணு அந்த அறையைக் காட்டிவிடு, எப்படியாவது நான் போய்க்கொள்கிறேன். அப்புறம் நீ போய் அந்தக் கட்டடத்தின் பேஸ்மெண்ட் பகுதியின் முகப்பில் உன் காருடன் காத்திரு. பதினைந்து நிமிஷத்துக்குள் இங்கு நிறைய ஸ்டண்ட் வேலை நடக்கும். கணத்தில் கிளம்பத் தயாராக இருக்கவேண்டும்.'

'ஐந்தாவது மாடி கடைசி அறை. காவல் அதிகம். எப்படி நுழையப் போகிறாய்?'

'அதைப் பற்றிக் கவலைப்படாதே! நான் சொல்கிறபடி செய், என்ன?'

'அவள் 4 என்பதில் விரலை வைத்தாள்.

'ஐந்தாவது மாடி என்றாயே?'

'நான் நான்கில் விலகிக்கொள்கிறேன்.'

அவள் நான்காவது மாடியில் என்னிடமிருந்து விலகிக் கொண்டாள். நான் லிஃப்டை மூடிக்கொண்டு என் கையில் இருந்த ட்ரேயில் இருந்த பில் காகிதத்தை எடுத்து முழங்கால் மண்டியின் மேல் அவள் கொடுத்த பென்சிலால் கிறுக்கினேன் அதன் பின்பக்கத்தில், 'நான் நண்பன், உதவி செய்ய வந்திருக் கிறேன்' என்று எழுதி பைக்குள் போட்டுக்கொண்டேன். லிஃப்டைக் கிளப்பினேன். லிஃப்டின் கதவு விலகியது. தூரத்தில் கடைசியில் அவர்கள் தெரிந்தார்கள். அறை வாயிலில், அவர்கள் உலாத்திக்கொண்டிருந்தார்கள். ஒருவன் அதை விரும்பவில்லை என்று தெரிந்தது! நான் நேராக தயக்கமில்லாமல் நடந்தேன். நடந்து சென்று அந்தக் கதவை இடது கையால் தட்டினேன்.

வலது கையில் ட்ரே இருந்தது. ஆகவே இடது கையால் தட்டினேன். அந்தப் பச்சை பனியன் ஆசாமி. 'ஏய்' என்றான்.

'க்யா?' என்றேன்.

'யார் உன்னை அனுப்பிவித்தார்கள்?'

'பெரியவர்' என்றேன் அவனைப் பார்க்காமல். அவன் சுறுசுறுப் பானான்.

'உள்ளே யாரும் போகக்கூடாது, தெரியுமா?' என்றான்.

'சரி' என்று நான் கிளம்பினேன். 'படாஸாப்தான் அனுப்பி வைத் தார். இந்த டீயை உள்ளே இருப்பவர் குடித்துத்தான் ஆக வேண்டும். இதில் ஏதோ...' என்று விரலால் சுற்றிச் சைகை காட்டினேன். நடக்க ஆரம்பித்தேன்.

'இரு' என்றான்.

நின்றேன்.

மற்றவன் பையில் இருந்து துப்பாக்கியை எடுத்து இந்தக் கையில் வைத்துக்கொண்டு சாவியை எடுத்துத் திறந்தான். என்னுடன் ஒட்டிக்கொண்டு என்னுடன் உள்ளே நுழைந்தான்.

உள்ளே இருட்டாக இருந்தது. அவன் விளக்கைப் போட்டான். திவானில் டாக்டர் ராமச்சந்திரன்தான் தூங்கிக்கொண்டிருந்தார். அவர் சட்டை கலைந்திருந்தது.

அவர் முகத்தில் ஒரு நாள் சவரம் பாக்கி இருந்தது. சன்னல்கள் மூடியிருந்தன. ஏர்கண்டிஷனர் முணுமுணுத்துக் கொண் டிருந்தது. என் நரம்புகள் சிலிர்த்தன.

'சார்!' என்று கூப்பிட்டேன். எழுந்திருக்கவில்லை.

'தூங்குகிறார். வைத்துவிட்டுப் போ' என்றான்.

'இல்லை, இதை எப்படியாவது குடிக்க வைக்கவேண்டுமாம். இதில் ஏதோ...' மறுபடி சைகை காட்டினேன்.

அவன் துப்பாக்கியால் தாடையைச் சொரிந்துகொண்டான். புரிந்துகொண்டவன்போல அவர் அருகில் சென்று மேஜைமீது

பலமாகத் தட்டினான். அவரை உலுக்கினான். அதிர்ந்து எழுந்தார்.

'என்ன' என்று கண்ணைக் கூசிக்கொண்டு கேட்டார்.

நான் பையிலிருந்த காகிதத்தைக் கைக்குள் அடக்கிக்கொண்டு அருகில் சென்று முதுகுப்புறம் அந்த ஆட்களை வைத்துக் கொண்டு ட்ரேயின் மேல் காகிதத்தை வைத்து விரலால் அந்தக் காகிதத்தைக் காட்டினேன். 'டீ சார்!' என்றேன்.

'டீ வேண்டாம்' என்றார். ட்ரேயைப் பார்த்தார். என் விரலைப் பார்த்தார். அந்தக் காகிதத்தைப் பார்த்தார். அதில் எழுதி இருந் ததைப் பார்த்தார். என்னைப் பார்த்தார். என் பின்னால் நின்றவர் களைப் பார்த்தார்.

'சரி, சாப்பிடுகிறேன் வை' என்றார்.

நான் காகிதத்தைக் கவர்ந்துக்கொண்டு ட்ரேயை வைத்தேன். தள்ளி நின்றேன். பச்சை பனியனும் துப்பாக்கியும் நின்றார்கள். கதவு திறந்திருந்தது.

அவர் மெதுவாக வடிகட்டியை எடுத்து டீயைக் கொட்டி சர்க் கரை சேர்த்து, பால் சேர்த்து கலக்கி சீப்ப ஆரம்பித்தார். நான் நின் றேன். பனியன் கையைக் கட்டிக்கொண்டு நின்றான். முட்டாள். முதல் பாடம், கையைக் கட்டக்கூடாது... நான் இன்னும் என்ன செய்வது என்று தீர்மானிக்கவில்லை. தோன்றவில்லை. துப் பாக்கி இல்லை. துப்பாக்கி வைத்திருப்பவன் மூன்று மனிதன்.

'டீ சாப்பிடுகிறாயா' என்று அவனைக் கேட்டார் ராமச்சந்திரன்.

'வேண்டாம்' என்றான்.

'சும்மா சாப்பிடு' என்றார்.

'வேண்டாம்' என்றான். முன்னே சென்றான். நான் அவர்கள் பின்னால் இருந்தேன். மற்றவன் திரும்பிவிட்டான். அதற்குள் சுதாரித்துக்கொண்டேன். ராமச்சந்திரனுக்கு சிரிப்பு வந்தது.

'சரி கிளம்பு' என்றான் துப்பாக்கி வைத்திருந்தவன். மற்றவன் வாயிற்கதவை நோக்கி நடந்தான்.

அவன் முன்னே. அதன் பின் மற்றவன். அதன்பின் நான் தயங்கிக்கொண்டே தொடர்ந்தேன்.

'லுக் அவுட்' என்று கூவிவிட்டுக் கீழே இருந்த கார்ப்பெட்டை வாரி விட்டேன். இரண்டு பேரும் விழுந்தார்கள். நான் உடனே துப்பாக்கியைத் தட்டிவிட்டேன். அவர்கள் புரண்டார்கள். நான் ஒரே பாய்ச்சலாகப் பாய்ந்து அவன் வாயைப் பொத்தினேன். திமிறினான். மற்றவனைக் காணவில்லை. அவன் மேல்தான் நாங்கள் சண்டை போட்டுக் கொண்டிருந்தோம் என்று நினைக்கிறேன். அவ்வளவு களைப்பிலும் டாக்டர் ராமச்சந்திரன் ஏதோ ஒரு கனமான வஸ்துவை எடுத்துக்கொண்டுவந்து வசமாகக் குறிபார்த்து அவன் மண்டையில் அடித்திருக்கிறார். பாதிச்சண்டையில் அவன் தொளதொளத்து விழுந்தான். அடியில் அகப்பட்டுக் கொண்டவனை இரண்டு பேரும் சேர்ந்து மிதித் தோம். ராமச்சந்திரன் மறுபடி அந்த கனமான பொருளைப் பிரயோகித்தார். நான் உபரியாக நாலு தட்டு தட்டினேன். இருவரையும் இழுத்து பாத்ரூமில் அடைத்தோம். அடி நல்ல அடி. அவர்களிடமிருந்து முனகல் சப்தம் கூட வரவில்லை.

ராமச்சந்திரனின் கையில் இருந்தது என்ன என்று சரியாகத் தெரியவில்லை; ஏதோ சிலை போலும். தயாராக வைத்திருந்தது. 'எனிமோர்?' என்றார்.

நான் மெதுவாக, திறந்திருந்த வாயில் வழியாக எட்டிப் பார்த்தேன். லிஃப்ட் திறந்து ஒருவன் இந்த அறையை நோக்கி வந்துகொண்டிருந்தான்.

'டாக்டர், மற்றொருவன் வருகிறான். அந்தத் துப்பாக்கியை எடுத்து என்னிடம் கொடுங்கள்.'

டாக்டர் கீழே கிடந்ததைப் பொறுக்கி என் பக்கம் எறிந்தார்.

'க்விக்! கதவோரம்' என்றேன்.

நான் ஒரு பக்கத்திலும் அவர் ஒரு பக்கத்திலும் காத்திருக்க, எங்களை நோக்கி வந்த காலடிச் சப்தம் அதிகரித்தது. சப்தம் சற்றுத் தயங்கியது.

நின்றது.

அவன் யோசிக்கிறான் போலும், 'கதவு ஏன் திறந்திருக்கிறது? அவர்கள் எல்லாம் எங்கே?'

'சுரேஷ்' என்று கூப்பிட்டான். நாங்கள் சும்மா இருந்தோம். டாக்டர் ஓங்கத் தயாராகக் காத்திருந்தார், 'உள்ளே வாயேன். உள்ளே வாயேன்.'

அவன் வரவில்லை. யோசிக்கிறான் போலும், யோசித்தபின் திடீரென்று அவன் ஓடும் சப்தம் கேட்டது.

'டாக்டர், க்விக் என்னைப் பின்தொடருங்கள்' என்று சொல்லி விட்டு வெளியில் வந்து, ஓடும் அவன் முழங்காலைக் குறி வைத்துச் சுட்டேன். லிஃப்ட் அருகில் சுருண்டு தன் அம்மாவைக் கூப்பிட்டுவிட்டு விழுந்தான். உருண்டான். நாங்கள் அவனை மிதித்துக் கொண்டு ஓடினோம். லிஃப்டைத் திறந்து மூடி 'ஜி' என்கிற பட்டனை அழுத்த-

லிஃப்டில் மௌனமாக இறங்கினோம். டாக்டர் என் ஷூவைக் காட்டினார். நாங்கள் மிதித்த இடங்களில் ரத்தக்கறை தெரிந்தது.

கீழே வந்து லிஃப்டின் கதவைத் திறந்ததும் அவர்கள் மூன்று நான்கு பேர்கள் எங்களை நோக்கி ஓடிவருவது தெரிந்தது.

உடனே மூடி விட்டேன். டாக்டரைப் பார்த்தேன்.

'நௌ வாட்?' என்றார்.

'டாக்டர், நீங்கள் அதிக ரத்தம் பார்த்திருக்கிறீர்களா?'

'ஏன்?'

'ஐ ஆம் கேயிங் டு ஷூட் மை வே த்ரு!' என்றேன்.

'சரி' என்றார்.

முதல் மாடிக்குச் சென்று லிஃப்டைத் திறக்காமல் மறுபடி கீழே சென்றோம். திறந்தேன். அவர்களில் இருவர் மாடிப்பக்கம் ஓடிக்கொண்டிருக்க இருவர் லிஃப்டின் வெகு அருகில் காத்திருந்தார்கள்.

'டாக்டர்! நேராக பேஸ்மெண்டை நோக்கி உடனே ஓடுங்கள். நான் பின்னால் வருகிறேன்' என்று சொல்லிவிட்டு-

என் முதல் வெடி அவன் விரல்களைப் பதம் பார்த்து விட்டது. பறந்து எங்கேயோ விட்டத்தில் சிராய்த்தது. அவர்கள் நிச்சயம் பயந்து விட்டார்கள்.

'சிதற அடித்து விடுவேன்! கிட்ட வராதீர்கள்' என்று மறுபடி சுட்டேன். அது அனெக்ஸில் எதிரொலித்தது. பிரதான ஒட்டலில் இருந்து 'ஹாப்பி பர்த்டே டு யூ' என்ற பாட்டும் கைதட்டலும் விசிலும் கேட்டன.

டாக்டர் ஓட, நான் பின்னால் பார்த்துக்கொண்டே ஓட, சுற்றி வந்து பேஸ்மெண்டை நோக்கி விரைந்தேன். அந்த இருவரும் எங்களைத் துரத்துகிற நிலையில் இல்லை.

'ஹான்க்' என்றொரு ஹார்ன் சப்தம் கேட்டது.

ஒரு நீல நிற காரின் டிரைவிங் சீட்டில் ரேணு உட்கார்ந்திருந்தாள். 'டாக்டர் க்விக், அந்தக் காரில் பாயுங்கள்.'

நிஜமாகவே பாய்ந்தார். நானும் காருடன் ஓடி உள்ளே என்னைத் திணித்துக்கொண்டு, 'ரேணு ஸ்டெப் ஆன் இட்' என்றேன்.

ரேணு உக்கிரமாகச் சீறி விடுபட்டாள். அவர்கள் ஓட்டமாக ஓடி எங்களைத் துரத்தினார்கள். கீழே இருந்து எங்கள் மேல் எறிய கல் தேடினார்கள். ஓட்டல் சுத்தமான ஒட்டல். செகண்டுகளில் சாலையில் 60, 70 கிலோமீட்டரைத் தொட்டாள்.

'டாப்!' என்றேன். அவள் புறம் வலதுகை கட்டை விரலை உயர்த்தி. இருட்டில் ராமச்சந்திரனைப் பார்த்தேன். 'ரொம்பக் களைத்திருக்கிறீர்கள்' என்றேன்.

'ஒரு நாள் நரகம்' என்றார். 'நீ நேற்று பாலத்தில் என்னை வரவேற்க வந்தவன்தானே?'

'ஆம்.'

'அந்த ஓட்டலின் வெயிட்டரா?'

'தாற்காலிகமாக.'

'நாம் எங்கே இருக்கிறோம்? இந்தி சினிமாவிலா?'

'நிஜத்திலும் சில வேளை இப்படி நடக்கிறது' என்றேன்.

'அது என்ன வாசனை?' என்றாள் ரேணு.

'துப்பாக்கி சுட்டது' என்றேன்.

'ஹலோ! இந்தப் பெண்!' என்றார் ராமச்சந்திரன்.

'ஆம், அவளேதான்!'

'எங்கே போகவேண்டும்?' என்றாள் ரேணு.

டாக்டர், 'எனக்கு ஒன்றுமே புரியவில்லை' என்றார்.

'உங்களைப் பொருத்தவரை முன்கதைச் சுருக்கம் என்ன?' என்றேன்.

'முதலில் இந்தப் பெண் யார் சொல்' என்றார்.

'இந்தப் பெண்ணே சொல்வாள்' என்றேன்.

'என் பெயர் ரேணுகா. ஓட்டல் எம்பயரில் வேலை செய்கிறவள். அதாவது 15 நிமிஷம் முன்வரை. இப்போது என் வேலை போயிருக்கும். உங்கள் ஜெ. பாண்டுக்கு உதவி செய்ததால்.'

'ஓகோ. நீ கட்சி மாறினவளா?'

அதற்கு அவள் பதில் சொல்லவில்லை.

'டாக்டர்! உங்களுக்கு என்ன நிகழ்ந்தது, சொல்லுங்கள்.'

'ஏறக்குறைய ஒன்றுமே நடக்கவில்லை.'

'அர்த்தம்...'

'நேற்று இரவு... நேற்று இரவுதானே அது? அவர்கள் என்னைக் கோழிக்குஞ்சை அமுக்கினாற்போல அமுக்கினார்கள் அல்லவா! நாலு பேர் என்னைத் திமிர விடாமல் அமுக்கி உள்ளே தள்ளி இடுப்பில் ஊசி போட்டார்கள். என்ன எழுவோ மருந்து. நாள் பூராத் தூங்கினேன். ராத்திரி பூரா. தினம் பூரா. எவனோ வந்தான். சாப்பாடு வைத்தான். போனான். எல்லாம் கனவில் நடக்கிற மாதிரி இருந்தது. கை கால் எல்லாம் அடித்துப் போடப்பட்டாற்

போல வலி. கண் விழித்தபோதெல்லாம் அந்த அறையில் தனியாக இருந்தேன். எல்லா ஜன்னலுமே அடைத்திருந்தது. தப்பிக்க முயற்சி பண்ணக்கூட திராணி இல்லை. காட்டமான இன்ஜெக்ஷன். பாரப்பா! உன் பெயர் என்ன சொன்னாய்? போதும், இந்தப் பெரிய விளையாட்டு, நாளைக்கு நான் பிய்த்துக்கொள்கிறேன்.'

எனக்குத் திடீரென்று உரைத்தது. 'ரேணு காரை நிறுத்து! என்றேன்.'

'ஏன்?' என்றார்.

'நான் மறுபடி அந்த ஓட்டலுக்குப் போகவேண்டியிருக்கும் டாக்டர். உங்கள் ப்ரீஃப் கேஸ்! அதில் அடங்கியிருக்கும் சர்க்கார் ரகசியங்கள்!'

'அது என்ன ஆச்சோ எனக்குத் தெரியாது' என்றார் டாக்டர் ராமச்சந்திரன்.

'எனக்குத் தெரியும். அது கவரப்பட்டு பத்திரப்படுத்தப் பட்டது' என்றாள் ரேணுகா.

'ஓ ஹெல்; நான் மறுபடியும் அங்கே போகவேண்டும், நிறுத்து' என்றேன். நிறுத்தினாள்.

'எதற்கு அங்கே போகவேண்டும்?'

'அந்தக் காகிதங்கள் சர்க்காரின் அதி ரகசியம். உங்க ளுக்குத்தான் தெரிந்திருக்குமே. என்ன இப்படிக் கேட் கிறீர்கள்?'

'ஆம், எனக்குத் தெரியும். மிக முக்கியமான ரகசியங் கள்தான்! ஆனால் மை டியர் எம்.ஜி.ஆர்., அந்தக் காகிதங்கள் அவர்களுக்கு ஒரு சல்லிக் காசு பெறாது. அதில் உள்ள விவரங்கள் முழுவதும் கோடில் இருக் கிறது. உனக்குத் தெரியும் என்று நினைத்தேன்.'

'தெரியாது' என்றேன்.

'அதன் வாசகங்கள், முழுக்க, மேல் நோக்கிப் பார்த்தால், ஏதோ கம்பெனியின் இன்வாய்ஸ்போல இருக்கும். மல்லாக் கொட்டை, பருப்பு, சணல் என்று கிலோகிராம், ரூபாய் பைசாக் கணக்காக இருக்கும்.

அதில் பொதிந்த விஷயங்கள் பூராவையும் எப்படி உடைப்பது என்பதற்கு சாவி டில்லியில் இருக்கிறது. அதன் சொல்யூஷன் உங்கள் ஆபீசில்தான் இருக்கும். அது தெரியாதவரை அந்தக் காகிதங்களில் அவர்களுக்கு ஒன்றும் புரியாது. எவ்வளவு தேர்ந்த ஃபிசிஸ்டாக இருந்தாலும், சைபர் எக்ஸ்பர்ட்டாக இருந்தாலும்கூட முடியாது. நீ அந்தக் காகிதங்களுக்காக இப்போது சுவர் ஏறிக் குதித்து ஸ்டண்ட் பண்ணவேண்டிய தேவையில்லை.'

'ஆர் யூ ஷ்யூர்?'

'அப்ஸொல்யூட்லி'

'சரி நடேசன் என்ன சொல்கிறார் என்று பார்க்கலாம்' என்றேன்.

'நிற்பதா, போவதா?' என்றாள் ரேணு.

'போ, நான் சொல்லுகிற விலாசத்துக்கு' என்றேன்.

'டாக்டர்! நீங்கள் கண்ணாடிபோல. உங்களைப் பத்திரமாகப் பாதுகாத்து நடேசனிடம் சேர்த்துவிடவேண்டும். டிபார்ட் மெண்டில் சில கேள்விகள் கேட்பார்கள். அப்புறம் உங்களை க்ளியர் செய்துவிடுவார்கள். நாம் இப்போது நடேசன் வீட்டுக்குப் போகிறோம்.'

'நடேசன் யார்?'

'என் மேலதிகாரி; என் குரு.'

'உன் குரு என்றால் எதில். ஸ்டண்ட் பயிற்சியிலா?

'மூளை!'

'அதை ஒன்றும் அதிகம் இந்த கேஸில் உபயோகப்படுத்தியதாகத் தெரியவில்லையே! ஸாரி, ஐ டிண்ட் மீன் தட்!'

'வெயிட்டராக மாறுவேஷம் போடுவதற்கு மூளை வேண் டாமா?' என்றாள் ரேணுகா.

'இது பரிகாசமா, நிஜமா?' என்று கேட்டேன்.

'நிஜம். ஐ அட்மைர் யூ' என்றாள்.

'தேர் யூ ஆர்! ஹீரோவுக்கு ஹீரோயின் கிடைத்தாகி விட்டது. அப்புறம் என்ன? என்னை நடேசனிடம் விட்டுவிட்டு நீங்கள் இரண்டு பேரும் பிய்த்துக்கொள்ளப் போகிறீர்களா, டுயட் பாட?'

'இல்லை' என்றாள்.

'இல்லை' என்றேன்.

'பின், காரிலேயே?'

'டாக்டர்! ப்ளீஸ்' என்றேன்.

'இரண்டு பேருக்கும் கொஞ்சம் ரெஸ்ட் தேவை. அவ்வளவு தானே உனக்கு வேலை?' என்றார்.

'டாக்டர், ஒன்று மட்டும் யோசித்துப் பார்த்தீர்களா? நீங்கள் வருவது அவர்களுக்கு எப்படித் தெரிந்தது?'

'எவர்களுக்கு?'

'உங்களைக் கவர்ந்தவர்களுக்கு.'

'அவர்கள் யார்?'

'எங்களுக்கும் தெரியாது. ஆனால் கண்டுபிடிப்போம்.'

'எப்படி? இந்தப் பெண்ணைக் கசக்கிப் பிழியப் போகிறீர்களா? பாவம் விட்டுவிடு, உனக்கு உதவி செய்திருக்கிறாள். ஷி அட்மைர்ஸ் யூ!'

ரேணு பதில் ஏதும் சொல்லாமல் காரின் விரைவிலேயே கவன மாக இருந்தாள்.

நடேசன் வீடு வந்ததும் ரேணுகாவிடம், 'இங்கேயே இரு. நான் சில நிமிஷங்களில் வருகிறேன்' என்று சொல்லிவிட்டு டாக்ட ருடன் சென்று வீட்டுக் கதவைத் தட்டினேன்.

திறந்தார். என்னைப் பார்த்ததும், 'மை காட்! தினம் பூரா உன்னைத் தேடிக்கொண்டிருந்தேன். எங்கே போய்த் தொலைந்...' பாதியில் நிறுத்திவிட்டார். என் பின் நின்றவரைப் பார்த்தார். நான் கொஞ்சம் அதிகமாக டிராமா சேர்த்து, 'சார் அறிமுகப்படுத்து கிறேன். டாக்டர் ராமச்சந்திரன்!' என்றேன்.

என்னை மறுபடியும் பார்த்தார். சற்று, சற்றுத்தான். ஆச்சரியத் துடன், 'யூ காட் ஹிம்!' என்றார்.

'எஸ் சார்' என்றேன் பெரிய எழுத்தில். என் வாழ்க்கையிலேயே மிகப் பெருமிதமான 'எஸ்'

ஒரு வெல்டன் உண்டா? சபாஷ் உண்டா? கங்ராஜுலேஷன்ஸ் உண்டா? நீட் வொர்க் உண்டா? ம்ஹூஂம். நடேசன் நடேசன்தான்.

'டாக்டர், நீங்கள் இரவு என்னுடன் தங்கலாம். அதுதான் உசிதம். பத்திரமும் கூட. மேலும் நான் உங்களைக் கேட்கவேண்டியது நிறைய இருக்கிறது.' இப்போது என்னைப் பார்த்து, 'நீ போக லாம். நாளைக்குக் காலை ஆபீசுக்கு வந்தவுடன் எனக்கு ஒரு ரிப்போர்ட் கொடு. குட் நைட்' என்றார்.

நான் வெறுப்புடன் கிளம்பினேன். 'மற்றொரு விஷயம்!' என்றார். திரும்பினேன்.

'அந்தக் கோமாளிக் குல்லாயைத் தூக்கி எறி' என்றார். சிரிக்க வில்லை. ராமச்சந்திரன்தான் சிரித்தார். எனக்கு அப்போதுதான் நான் இன்னும் வெயிட்டர் உடையில் இருப்பது ஞாபகத்துக்கு வந்தது.

சர்க்கார் வேலையில் அதுதான். கஷ்டப்பட்டு, இடிபட்டு, அடிபட்டு, குட்டிக்கரணம் போட்டு மீட்டுக்கொண்டு வந்தால் சிங்கிள் டீ கூடக் கிடைக்காது. அவரைக் கேட்காமலே இந்தச் சின்னப் பயல் மீட்டுக்கொண்டு வந்துவிட்டானே; அவரிடம் ஒரு ஒத்தாசை கேட்காமல் என்று நடேசனுக்குப் பொறாமை இருக்கலாம். இருந்தாலும் இப்படியா! காலையில் ரிப்போர்ட் தரவேண்டுமாம்!

ரேணுகா காத்திருந்தாள். களைத்து உட்கார்ந்தேன். நான் நடேசனின் அலட்சியத்தை யோசித்துக்கொண்டே உட்கார்ந் திருக்க அவள் மௌனமாக ஓட்டினாள்.

'உனக்கு எங்கே போகவேண்டும்?' என்றாள். நான் விலாசம் சொல்லிவிட்டு, 'நீ?' என்றேன்.

'என் அத்தை வீட்டுக்குப் போகவேண்டும். என் அத்தை வீட்டு கார்தான் இது. அவர்கள் நாளை வெக்கேஷனிலிருந்து திரும்பி வருகிறார்கள்.'

'நீ யார்?' என்றேன்.

'இதற்கு பிலாசபிப்படி பதில் சொல்லட்டுமா? அல்லது என் உடம்பின் விவரங்கள் வேண்டுமா?'

'உன்னைப் பார்த்தால் நல்ல பெண்ணாகத் தெரிகிறது. உன் நடத்தையில் பாலிஷ் இருக்கிறது. உன்னையும் அந்த காட்டுக் கும்பலையும் சேர்த்து நினைத்துப்பார்க்க முடியவில்லை எனக்கு.'

'தாங்க்ஸ்!'

'எதற்கு!'

'ஐந்து வருஷத்துக்கு முன்பு என்னைப்பற்றி நீ சொல்கிற இமேஜ் பொருந்தியிருக்கலாம். ஐந்து வருஷத்தில் ரொம்ப மாறி விட்டேன்.'

'ஐந்து வருஷத்துக்கு முன்பு எப்படி இருந்தாய்?'

'சித்தார் பயிற்சி, கதக் நடனம், ரவீந்திர சங்கீத்.'

'இப்போது?'

'பாங் பாங்' என்று சுட்டாள். சிரித்தாள்.

'ஏன்?'

'தனிமை! டேராடூனில் என் அப்பாவையும் அம்மாவையும் ஒரே நாளில் இழந்தேன். அத்தை வீட்டில் தங்கவும் படிக்கவும் டில்லி வந்தேன். பணம் கொஞ்சம் இருந்தது. ஒன்றும் அறியாதவளாக இருந்தேன். என் உடம்பு அதிவேகமாக வளர்ந்தது, தகுந்த இடங்களில். அதனால் நான் அவஸ்தைப்பட்டேன். நகங்களைக் கூர்மையாக வளர்த்துக்கொண்டேன். நிறையக் கற்றுக்கொள்ள வேண்டியிருந்தது. நான் ஒரு நவீன அனாதை. அத்தை வீட்டில் ஒரு வேலைக்காரன் தோட்டத்தில் என்னை ஒரு முறை முயற்சித்தான். நான் அவனை முக்கால்வாசி கொன்று விட்டேன். அப்புறம் மெட்ரிக், அப்புறம் ஒரு ஏமாற்றம். அப்புறம் ஒரு பெரியவரின் எதிர்பாராத அன்பு. அந்த அன்பின் நோக்கம் புரிந்ததும், தார் ரோட்டில் மூன்று மைல், இரவு 12 மணிக்கு ஓடியிருக்கிறேன். 'மகளே மகளே' என்று அந்த ஆள் என்னைத் துரத்திக்கொண்டு வர!

'பணம் இல்லை. பணம் சேர்க்க தப்பு செய்ய மனம் இல்லை.... அப்புறம், டைப்பிஸ்ட்டாக வேலை. ஃப்ரெஞ்சு கிளாஸ். அப்புறம் லைப்ரேரியன், அப்புறம் அந்த ஓட்டலில், அதில் நிறையப் பணம் கொடுக்கிறார்கள்.

'ஒருவரும் என்னைக் கலைக்க முற்படவில்லை. நேற்று கேட்டார்கள், பாலத்திலிருந்து ஒரு ஆசாமி வரப் போகிறான். அவனை எதிர்பார்க்க மற்றொரு ஆசாமி வரப்போகிறான் என்று உன் அடையாளங்கள் சொல்லி எப்படி, எங்கே நிறுத்த வேண்டும், என்ன என்ன பேச வேண்டும் எல்லாம் சொல்லித் தந்தார்கள். ஆயிரம் ரூபாய் கொடுப்பதாகச் சொன்னார்கள். நான் ஒப்புக்கொண்டேன். உனக்குத் தெரியும் அப்புறம் நடந்தது.'

'ஆயிரம் ரூபாய்க்காக இந்த சர்க்காரையே கவிழ்க்க இருந்தாய்!'

'அப்படியா! விஞ்ஞானியாமே அவர்?'

'ஆம்!'

'எதற்காக அவரைக் கடத்தினார்கள்?'

'ஐம்பது லட்சத்துக்காக!'

'எவ்வளவு?'

'ஐம்பது லட்சம்!'

'அயோக்கியன், எனக்கு ஆயிரம் ரூபாயில் முடித்துவிடப் பார்த்தானே! வேண்டும். நீ யார்?'

'மத்திய சர்க்கார்!'

'எப்படி இந்த ஓட்டல்தான் என்று தெரிந்துகொண்டாய்?'

'ஜீனி வேலை!'

அவள் சிரித்தாள். பின் மௌனமானாள். ஸ்டியரிங்கைத் திருப்பிய அவள் கை விரல்களின் நகங்கள் இப்போதும் கூர்மையாக இருந்தன. அவளது ஒரே ஆயுதங்கள். நவீன அனாதை.

நான் கேட்டேன். 'நீ எதற்காக எனக்கு உதவி செய்தாய்? இதனால் உனக்கு உன் ஓட்டல் வேலை போய்விடும். அப்புறம் அவர்கள்

கோபத்துக்கு உள்ளாகி இருப்பாய். இவ்வளவு ரிஸ்க் எடுத்துக் கொண்டு எதற்கு என் பக்கம் சேர்ந்தாய்?'

'அழகாக இருப்பது யூஸ்லெஸ், என்னைப் பார்க்கும் ஆண்களின் கண்களில் தெரிவது எல்லாம் ஒரு வித ஆட்டுத்தனம்தான். அது உன் கண்களில் இல்லை. நீ பாட்டுக்கு வந்தாய். தாக்கு தாக்கு என்று தாக்கினாய். என்னுள் இன்னும் இருக்கும், பதினைந்து வயதுப் பெண்ணின் கற்பனைகளின் கதாநாயகன் நீ' என்றாள். உடனே, 'அதனால் நான் உன்னை அழைக்கிறேன். மயக்கு கிறேன் என்று கொள்ளாதே. செக்ஸுக்கு அப்பால்கூட ஒரு ஆணும் பெண்ணும் சந்தோஷமாக இருக்கலாம்' என்றாள்.

'இப்போது இந்த ராத்திரி என்னை ட்ராப் பண்ணிவிட்டு உன் அத்தை வீட்டுக்குப் போகப் போகிறாயா?' என்றேன்.

'ஆம். அந்த ஓட்டல் பக்கம் இனி போக முடியாது. எனக்குச் சற்று பயமாக இருக்கிறது. அவர்கள் ரொம்பக் கேடிகள். என்னை ஆத்திரத்தில் தேடுவார்கள்.'

'என்னிடம் ஸ்பேராக ஒரு கட்டில் இருக்கிறது. தனியான அறையும் நிறைய நேர்மையும் இருக்கிறது. இரவு என் இடத்தில் தங்கலாம்.'

அவள் சிரித்து, 'சரி' என்றாள். 'கிங் ஆர்தர் காலத்தில் இருக்க வேண்டியவன் நீ' என்றாள்.

'இதையே நேற்று இரவு என் மேலதிகாரி வேறு சந்தர்ப்பத்தில் சொன்னார்' என்றேன்.

அந்த கார் என் வீட்டு எதிரில் சற்று சீறிவிட்டு நின்றது. நாங்கள் மௌனமாக, கவனமாக அதன் கண்ணாடிக் கதவுகளை மூடி, உள்பக்கம் பூட்டி, மெதுவாக அறைந்து, மேலே வந்தோம்.

ரேணு என் அறையில் சுவரில் தெரிந்த சித்திரங்களைப் பார்வை யிட்டாள். அலமாரியில் அடுக்கியிருந்த புத்தகங்களின் முதுகு களை ஆராய்ந்தாள். மேலும் வழிந்த புத்தகங்கள் அடுக்கியிருந்த சுற்றும் அலமாரியை ஒரு தடவை சுழற்றினாள்.

'ஆச்சரியம்' என்றாள்.

'என்ன?' என்றேன்.

'ஃப்ளேமிங்கின் ஜேம்ஸ் பாண்டோ மற்ற எந்தவிதமான சீக்ரெட் ஏஜெண்ட் கதைகளோ உன் புத்தக அலமாரியில் இல்லையே!' என்றாள்.

'கதைகள் இருக்காதே' என்றேன்.

'ஏன்?'

'அந்த சுவாரஸ்யங்கள் எல்லாம் என் தின வாழ்க்கையில் நிகழ்கின்றனவே! ஜஸ்ட் இமாஜின். சென்ற 24 மணி நேரத்தில் எனக்கு எவ்வளவு நிகழ்ந்திருக்கிறது! ஒரு விமான நிலையத்தில் அழகான பெண்ணைப் பார்க்கிறேன். ஒரு விஞ்ஞானியைப் பார்க்கிறேன். அடிபடுகிறேன். விஞ்ஞானியைக் கோட்டை விடுகிறேன். மறுபடி அழகான பெண்ணைச் சந்தித்து உபரியாக அடிவாங்கி, அடிபட்டு, விஞ்ஞானியை மீட்டு, அழகான பெண்ணை அடைந்து, அவளுடன் இரவைக் கழிப்பதற்கு வீட்டுக்கு வந்திருக்கிறேன்.'

'தனித் தனியாக.'

'தனித் தனியாக, அஃப்கோர்ஸ்!'

'நிஜமாகவே அந்த நாவல்களில் இடம் பெறத் தகுதியுள்ள நிகழ்ச்சிகள்தான்.'

'சில வித்தியாசங்கள்.'

'என்ன?'

'அந்த நாவல்களில், கதாநாயகன் ரத்தம் பேப்பர் ரத்தம். அவன் வலி பொய் வலி. எனக்கு இப்போது முதுகுப் பக்கமும் மற்றும் உடம்பின் சில இடங்களிலும் கேட்கும் வலியின் உண்மையை எந்தத் தீவிர அத்வைதியும் ஒப்புக்கொள்வான்.'

'தூங்கினால் சரியாகப் போய்விடும்.'

'நீ எதிரில் நின்றால் தூக்கம் ஏது?'

'ஸாரி!'

'சே ! சே ! நான் அப்படி அர்த்தத்துக்குச் சொல்லவில்லை. உன் அழகுக்கு காம்பிளிமெண்டாகச் சொன்னேன். எனக்குப் பாஷை சரியாக வாராது.'

'சரி, எனக்கு டூத் பேஸ்ட் வேண்டும். சலவையிலிருந்து வந்த ஒரு ஷர்ட், பைஜாமா வேண்டும்' என்றாள்.

அவள் அந்தப் பக்கம் வாஷ் பேசின் அருகில் பல் தேய்த்தாள். (இரவுதான்) தேய்த்துக்கொண்டே, 'நீ சர்க்கார் ஏஜெண்ட் தானே?' என்று கேட்டாள்.

'ஏஜெண்ட் எல்லாம் பெரிய வார்த்தை. நான் சர்க்கார். மறுபடி சொல்கிறேன். அமைப்பு சற்று நாவல்களிலிருந்து வேறு பட்டது!'

'என் நாட்கள் எண்ணப்பட்டுவிட்டன' என்றாள்.

'ஏன்?'

'உனக்கு உதவி செய்திருக்கிறேன். அவர்கள் கண்டுபிடித்தால் நான் காலி.'

'நான் இருக்கும்வரை அதெல்லாம் நடக்காது. நீ சற்று ஜாக் கிரதையாக இருக்கிற பட்சத்தில். ஒரு வாரத்துக்கு இரவில் தனி யாக வெளியே போகாதே. உனக்கு பாய் ஃப்ரெண்ட்கள் இருப் பார்கள். அதில் நம்பிக்கையும் உடல் வலிமையும் உள்ளவன் யாராவது இருந்தால் அவனுடன் போகலாம். அப்புறம் அந்த எம்பயர் ஒட்டல் பக்கம் போகாதே. அந்நியர்களுக்குப் பதில் சொல்லாதே!'

'எனக்கு எவ்வளவு பாய் ஃப்ரெண்ட் என்று நினைக்கிறாய்?'

'என் மதிப்பில், ஐந்து.'

'ஸில்லி. அந்த ஸ்டேஜ் எல்லாம் நான் தாண்டிவிட்டேன் என்பது உனக்குத் தெரியவில்லையா? அத்தனை தூரம் என்னிடம் சுயசரிதம் கேட்டாயே?'

'பின் எந்த ஸ்டேஜில் இருக்கிறாய்?'

'டேக் ஆஃப் ஸ்டேஜில்' என்று மிக இயல்பாக அவள் அணிந் திருந்த என் சட்டையின் காலர் பித்தானுடன் விளையாடி அதைக் கழற்றினாள்.

நான் கலைந்தேன்.

'நான் இங்கே உட்காரலாமா?' என்றாள்.

அவள் காட்டிய இடம் மிக அருகாமையில் இருந்தது.

'பேஷாக' என்றேன்.

'உனக்குத் தூக்கம் வருகிறதா?' என்றாள்.

'ஒரு பட்டன் என் தூக்கம் முழுவதையும் கலைத்துவிட்டது.'

டேபிள் விளக்கின் ஒளி அவள் கூந்தலின் இடைவெளிகளில் அவள் தலை அசைப்பதற்கு ஏற்ப சின்னச் சின்ன செம்பட்டைப் பின்னல்களாகப் பின்னியது. நேர் வெளிச்சத்தின் நிழலில் அவள் முகம் என் முகத்துக்கு மிக அருகே இருக்க, அவள் சட்டைக்குள் ஏதும் அணியவில்லை என்கிற நினைப்பு, என்னை மிகவும் சோதித்தது.

என் அருகில் வந்து என்னை அணைத்து என் முதுகில் எதையோ பதித்தாள். என் காதருகில் சொன்னாள்:

'அன்புள்ள மத்திய சர்க்கார்! உன் முதுகில் என்ன பதிந்திருக்கிறது என்று பரிசோதனை பண்ணாதே! இது ஒரு துப்பாக்கி. தோட்டா உள்ள துப்பாக்கி. வெடிக்கும்! நான் சொல்கிறபடி செய்! ம்' என்றாள்.

'நீ முதுகில் பதித்திருப்பது என்னுடைய அருமையான ஜெஸ்ஸர் சீப்பு என்பது எனக்குத் தெரிந்தாலும் நீ சொன்னதைச் செய்கிறேன். என்ன செய்யவேண்டும்?' என்றேன்.

அப்புறம் நாங்கள் பேசிக்கொண்டிருந்ததையும் பேசாமல் இருந்ததையும் ஒரு அத்தியாயத்துக்கு இழுப்பது இந்தக் கதைக்கு நியாயமாகாது.

மறுதினம் காலை எழுந்திருக்க மனமில்லை. உடம்பு வலியை எதிர்த்து எழுந்தபோது ரேணு இல்லை. என் ஷர்ட்டும் பைஜாமாவும் மிக அழகாக மடித்துவைக்கப் பட்டிருந்தது. அதன்மேல் 'எல்லாவற்றுக்கும் தாங்க்ஸ். மறுபடி சந்திப்போம். உன் விரல் ஃப்ரீயாக இருக்கிற போது 618270-ஐ முயற்சி செய்து பார். -ஆர்' என்று ஒரு காகிதம் இருந்தது. சிரித்துக்கொண்டேன். உடம்பு வலித்தது. முதல் நாள் ஸ்டண்டின் மிச்சம் உடம்பில் வலியாக ஓடியது. 24 மணி நேரத்தில் என்ன அலைச்சல்!

குளித்தேன். சற்று தெம்பு ஏற்பட்டது. பத்தொன்பது மீட்டரில் இங்கிலீஷ் கானம் வரவழைத்து, இரண்டு ஸ்லைஸூம் ஒரு பாதி வேக்காட்டு முட்டையும் சாப்பிட்டேன். பால் கலக்காமல் காப்பி சாப்பிட்டேன்.

வாசலில் வழக்கமான இடத்தில் என் ஸ்கூட்டர் இல்லாததைப் பார்த்ததும் நேற்று இரவு ஓட்டலில் அதை விட்டுவிட்டது ஞாபகத்துக்கு வந்தது. ஆபீசில் யாரையேனும் சாவியுடன் அனுப்பிவைத்து சேகரித்துக் கொள்ளலாம் என்று டாக்ஸி பிடித்தேன். சங்கு ஊதியது!

ஆபீசில் நான் செல்வதற்குமுன் நடேசன் வந்து விட்டார். சைஃபர் க்ளார்க் தாஸ்குப்தா, நான் சென்ற தும், 'உடனே உன்னைப் பெரியவர் வரச் சொன்னார்' என்றான்.

பெரியவர்! அங்கும் ஒரு பெரியவர்; இங்கும் ஒரு பெரியவர்! நுழைந்தேன். எளிதான அறை. ஓரத்தில் ஒரு கப்போர்ட், அதைத் திறக்கும் சாவி ஒரு வினோதம். எதிரே பிரதமர் படம், ஜனாதிபதி படம். பச்சை மேஜை அருகில் டெலிபிரிண்டர். அதன் சத்தத்தை மறைக்க கண்ணாடி வைத்த கார்க் லைனிங் கொடுத்த மரப் பெட்டி. டெலிபிரிண்டர் இப்போது மௌனமாக இருந்தது. மேஜையில் மூன்று டெலிபோன்கள், ஒன்று சிவப்பு, ஸ்க்ராம்ப்ளர்* வசதி உண்டு.

ஏதோ ஒரு பைலில் கையெழுத்து போட்டுக் கொண்டிருந்தவர், 'உட்கார்' என்றார். அவர் அப்படிச் சொல்லும்வரை உட்காரக் கூடாது.

உட்கார்ந்தேன்.

'சொல்' என்றார்.

டாக்டர் ராமச்சந்திரனை நானே சொந்த முயற்சியில் அவர் உதவியை நாடாமல் கொண்டுவந்ததில் அவருக்குக் கோபம் இருக்கலாம் என்று எனக்குப் பட்டது.

நடந்ததைச் சொன்னேன்: டெலிபோன் வந்ததை, நான் அதை ட்ரேஸ் செய்ததை, ஓட்டலுக்குச் சென்றதை, அங்கு நடந்ததை- எல்லாவற்றையும் சொன்னேன்.

முடித்ததும் கேட்டார்: 'ஒன்றை உணர்ந்தாயா நீ?'

'என்ன சார்?'

'எவ்வளவு பெரிய ரிஸ்க் எடுத்துக்கொண்டாய்? உனக்கு டெலிபோன் வந்ததும் உடனே எனக்கு ஏன் தெரிவிக்கவில்லை? அது தப்பு. மேலும், தனியாக நீ முயற்சி செய்தது தப்பு. பெரிய ரிஸ்க். நீ என்ன சூப்பர்மேனா? உன்னைப்போல ஆபீசர் இந்த முறையில் வேலை செய்யக்கூடாது' என்றார்.

'நான் டாக்டரை மீட்டுக்கொண்டு வந்துவிட்டேன் சார்.'

'உண்மை. அதனால் நீ பிழைத்தாய். இல்லாவிட்டால் நீ செய்த முட்டாள்தனமான காரியத்துக்கு வேலையை இழந்திருப்பாய்.'

---

* ஸ்க்ராம்ப்ளர் என்பது ரகசியப் பேச்சு டெலிபோன் வசதி. கம்பிகளில் ஒட்டுக் கேட்கிறவர்கள் காதுக்குப் புரிய முடியாதபடி பேச்சைக் குழப்பும் சாதனம்.

எனக்குக் கோபம் வந்தது. பேசாமல் இருந்தேன்.

'அப்புறம் அந்த ஓட்டலில் அவர் அடைபட்டிருந்தார் அல்லவா? அவரை அடைத்தவர்களைப் பற்றி எவ்வளவு தெரிந்து கொண்டாய்?'

'ஒன்றும் இல்லை. என் முதல் பிரச்னை டாக்டர் ராமச்சந்திரனை மீட்பது. இன்று ஒரு போலீஸ் ஆபீசரை மஃப்டியில் அனுப்பி விசாரிக்கலாம். அவர்கள் பணத்துக்காகச் செயல்படும் ஒரு சுதந்தரக் கும்பல் என்று தோன்றுகிறது. அரசியல் கலப்பு இருக்காது என்று நினைக்கிறேன். ஆனால்...'

'ஆனால்?'

'இதைவிட முக்கியமான கவலை தரும் விஷயம் ஒன்று இருக்கிறது! டாக்டர் ராமச்சந்திரன் டில்லி வருவது நம் டிபார்ட் மெண்டுக்கு மட்டுமே, இந்தச் சிறிய ஆபீசுக்கு மட்டுமே தெரிந்த விஷயம். இதேபோல் என் டெலிபோன் நம்பர். அவர்களுக்கு எப்படி இந்த இரண்டு விஷயங்களும் தெரிந்தன? அவர்கள் யார்?'

'அவர்கள் யார் என்பது எனக்குத் தெரியும். நீ சொல்கிறபடி அவர்கள் ஒரு தனி க்ரூப். பெரிய கைகள். நீ டெலிபோனை ட்ரேஸ் பண்ணி சுற்றி வளைத்துக்கொண்டு சென்றிருக்க வேண் டாம். நேற்றே இந்த கோஷ்டியின்மேல் சந்தேகப்பட்டேன். என்னைக் கேட்டிருந்தால் நானே அனுப்பியிருப்பேன். எனக்குக் கவலை தருவது நீ அனுஷ்டித்த முறைதான். அது சரியல்ல.'

நான் ஆயாசமாக, 'அவர்கள் எல்லோரையும் படையெடுத்து அரெஸ்ட் செய்தால் என்ன?' என்றேன்.

'முடியாத காரியம், அவர்கள் செய்யும் குற்றங்கள் எல்லாம் நிரூபிக்க முடியாத குற்றங்கள். அந்த விஷயத்தில் டாக்டரை வைத்துக்கொண்டே நேராகப் பிடித்திருக்கலாம். எல்லோரையும் தள்ளி இருக்கலாம். நீ ஸோலோவாகச் சென்று கெடுத்து விட்டாய். நான் எதிர்பார்க்கவில்லை. ச்...ச்' என்றார்.

'அவர்களை அரெஸ்ட் செய்யுமுன் நம் ஆபீசிலேயே சில அரெஸ்ட்கள் செய்யவேண்டும் என்று நினைக்கிறேன் சார்' என்று வெடித்தேன்.

'வாட் டு யூ மீன்?'

'பின் எப்படி அந்தத் தகவல்கள் லீக் ஆயிருக்க முடியும்?'

'நம் ஆபீசில் நிச்சயம் லீக் ஆகி இருக்க முடியாது.'

'எனக்கு சமாதானம் ஆகவில்லை சார்.'

'லுக்! நம் ஆபீசில் ஒவ்வொருத்தரும் பொறுக்கி எடுக்கப்பட்ட வர்கள். நீ உள்பட. செக்யூரிட்டி கிளியரன்ஸைப் பற்றி உனக்கு என்ன தெரியும்? அதோ பார். அந்த பீரோ - அதில் உன் சரித்திரமே இருக்கிறது. உன் ஒன்றுவிட்ட தாத்தா மார்க்சின் தாஸ் காபிடல் வாங்கிப் படித்தார் என்றால் அந்த விவரம் அதில் இருக்கும். உன் பொழுதுபோக்கு என்ன, உன் வீக்னஸ் என்ன, உன் ரத்த அமைப்பு, சகலமும் இருக்கிறது. நம் ஆபீசின் ஒவ்வொரு வருக்கும்...'

'இருந்தும் அதைக் கொஞ்சம் தீவிரமாகப் பரிசீலிக்க விரும்பு கிறேன்.'

'எதை?'

'இந்தச் செய்தி அவர்களுக்கு எப்படிக் கிடைத்தது என்பதை.'

'இந்த லீக் பம்பாயில் நிகழ்ந்திருக்கிறது என்று நினைக்கிறேன்.'

'என் டெலிபோன் நம்பர்?'

'நீயே எப்போதாவது சொல்லி இருப்பாய்.'

'நெவர்' என்றேன் அடிபட்டவனாக. மௌனம்.

'எதற்கும் நம் ஆபீசிலிருந்து செய்தி நழுவவில்லை என்று உறுதிப்படுத்த நீங்களும் விரும்புவீர்கள் அல்லவா?' என்றேன்.

'மை டியர் ஃப்ரெண்ட்! இந்தச் சந்தேகங்கள் எல்லாம் எனக்கு எழவில்லை என்று நினைக்கிறாயா? நான் அவ்வளவு ஸ்லோவா? எனக்கு என் ஸ்டாஃப்பின்மேல் முழு நம்பிக்கை. எனக்கு அவர்கள்மேல் சந்தேகமே இல்லை. ஒவ்வொருவரும் தேர்ந்தெடுக்கப்பட்டவர்கள். கரப்ஷனிலிருந்து முழுவதும் விலகினவர்கள். நீ சொல்கிறமாதிரி பரிசீலனை செய்யத் தலைப்பட்டால் நம் ஆபீசில் நிலவும் நம்பிக்கை தகர்ந்துவிடும். அதை நான் விரும்பவில்லை.'

'நான் அவ்வளவு அப்பட்டமாக விசாரிப்பதாகச் சொல்ல வில்லை.'

'பின்?'

'டாக்டர் ராமச்சந்திரனை மீட்டதுடன் இந்த கேஸ் முடிவடைந்து விடவில்லை என்று எண்ணுகிறேன்.'

'நிச்சயம் இல்லை. அந்தக் காகிதங்கள் நம் கையில் திரும்பக் கிடைக்கவேண்டும்.'

'திரும்பக் கிடைத்துத்தான் ஆகவேண்டுமா?'

'பின்?'

'சார்! அந்தக் காகிதங்கள் ஒரு தடவை அவர்கள் கையில் கிடைத்தபின் அவற்றை ஃபோட்டோஸ்டாட் காப்பி எடுத்துக் கொள்ள அவர்களுக்கு எத்தனை நேரமாகும்.'

'வாஸ்தவம்தான்.'

'அந்தக் காகிதங்கள்தான் அவர்களது இலக்கு என்றால் எங்களை வளைத்தபோது அந்த ப்ரீஃப்கேஸை மட்டும் பிடுங்கிக்கொண்டு போயிருக்கலாம் அல்லவா?'

'நீ சொல்கிறபடி டாக்டர் ராமச்சந்திரனும் அவர்களுக்குத் தேவைப்பட்டார் என்கிறாயா?'

'ஆம். அந்தக் காகிதங்களில் பொதிந்துள்ள ரகசியங்கள் அவ ருக்குத்தான் புரியும். அவர்கள் விலை பேசியது அவரைத்தான். எனக்கு என்னமோ படுகிறது, நியூக்ளியர் ரகசியங்களைவிட விஞ்ஞானியின் கடத்தல் முயற்சிதான் முக்கியமானது என்று.'

'ஓ எஸ்.'

'இனி அவர்கள் இலக்கு டாக்டர் ராமச்சந்திரனை மீண்டும் கடத்த முற்படுவது அல்லது அவர்களிடம் தங்கிப்போன காகிதங்களில் இருக்கும் அவர்களுக்குப் புரியாத விஷயங்களின் சூட்சுமத்தை, அர்த்தத்தை விளக்கும் ரகசியம். அந்த ரகசியம் நம் ஆபீசில் இருக்கிறது அல்லவா?'

'ஆம், அது உனக்கு எப்படித் தெரிந்தது?'

'டாக்டர் ராமச்சந்திரன் சொன்னார். எங்கே அவர்?'

'பத்திரமாகத்தான் இருக்கிறார். இனி தவறு நிகழாது.'

'எனவே நம் ஆபீசில் இருக்கும் அந்த ஸொல்யூஷன், விடை, அதைப்பற்றி நாம் ஜாக்கிரதையாக, டபிள் ஜாக்கிரதையாக இருக்கவேண்டும் அல்லவா?'

'குட்! ஒன்று செய்' என்று என் முன் ஒரு சாவியை எறிந்து, 'அந்த அலமாரியைத் திற' என்றார்.

திறந்தேன். அதனுள் இருக்கும் கைப்பிடி வைத்த அலமாரியைத் திறக்கச் சொன்னார். அதையும் திறந்து தென்பட்ட மூன்றாவது அறையைத் திறக்க வேறு சாவி கொடுத்தார். உள்ளே நஞ்சன்கூடு பல்பொடி சிவப்பில் இருந்த பைலை எடுத்துக்கொள்ளச் சொன்னார். மறுபடி மூடி சாவிகளை வாங்கிக்கொண்டார்.

'இனி நீதான் அதற்குப் பொறுப்பு' என்றார்.

'இது என்ன?'

'இதுதான் அந்த ரகசியம் தெரிவிக்கும் பைல்.'

இதை என்னிடம்...'

'நீ நம் ஆபீசையே சந்தேகப்படுகிறாய். எங்கிருந்து அவர் களுக்குச் செய்தி வந்தது என்பதைக் கண்டுபிடிக்க, அவர் களிடமே உதைத்துத் தெரிந்துகொள்ளும் ஒரே சந்தர்ப்பத்தை நழுவ விட்டுவிட்டாய்!'

'இப்போது போய் அவர்களைக் கைது செய்யலாமே?'

'யாரை? நீ யாரைப் பார்த்தாய், அங்கே ஒன்றிரண்டு சில்லறைக் கையாட்களைத் தவிர?'

'இந்தப் பெண் காட்டுவாள்.'

'காட்டினாலும் நேராகப் போய் கைது செய்ய முடியுமா? ஹேபியஸ் கார்பஸை முகத்தில் எறிவார்கள். எவ்வளவு பணம் இருக்கிறது தெரியுமா அவர்களிடம்? அந்த ஓட்டலைப் பார்த்தாயா? ஸ்விம்மிங்பூலில் வென்னீர் தெரியுமா? வக்கீல்கள் படையாகக் கிளம்புவார்கள். ஆதாரம் இல்லாமல் அவர்களை எப்படிக் கைது செய்ய முடியும்.'

'ப்ரிவென்டிவ் டிடென்ஷன்படி?'

அவர் சிரித்தார். 'நீ பேப்பர் படிப்பதில்லையா?'

'எனக்கு இன்னும் சமாதானமாகவில்லை' என்றேன்.

அந்த பைலில் முதல் பக்கத்தைத் திறந்தேன். 'எச்சரிக்கை: கீழ்க் கண்ட நபர்களின் அனுமதி இல்லாமல் இந்த டாக்குமெண்டைத் திறந்தால்... என்று தொடங்கி அஃபிஷியல் சீக்ரெட்ஸ் சட்ட எண்களைச் சுட்டிக்காட்டி சிவப்பில் அலறியது பைல்.

நடேசன் சொன்னார்: 'நம் ஆபீசில் லீக் இருந்தால் அதைப்பற்றிக் கவலைப்பட வேண்டியது, கண்டுபிடிக்க வேண்டியது, என் பொறுப்பு. இந்த ஸ்தாபனத்தின் தலைவன் என்கிற முறையில், மேலும் அந்தச் சந்தேகத்துக்கு நியாயப்படி நீயும் உட்பட வேண்டுமல்லவா? இன்னும் பார்க்கப் போனால் நான்கூட உட்பட்டவன்தான்!'

'சார், நான் அப்படி அந்த அர்த்தத்தில் சொல்லவில்லை.'

'நான் அப்படி எடுத்துக்கொள்ளவில்லை. அந்த மாதிரி விசாரணை செய்யவேண்டியது நீயோ நானோ அல்ல. அதற்கு அவசியமிருந்தால் நான் நிச்சயம் அதற்கான ஆயத்தங்களைச் செய்வேன். அப்படி விசாரிப்பவர் வெளி ஆசாமியாக இருப்பார். நீ உன் அடுத்த கேஸைக் கவனி. அந்த பைல் உன் கப்போர்டில் இருக்கட்டும்.'

பிற்பகல் எனக்கு இருப்பு கொள்ளவில்லை. நேற்று தொலைந்து போன ஸ்டேஷன் வாகன் எங்கே? அவர்களுக்கு எப்படிச் செய்தி கிடைத்தது? இவ்விரண்டு கேள்விகளும் என்னை உறுத்தியது. அந்த ஸ்டேஷன் வாகனைப் பற்றிச் சமாசாரமே இல்லை. நகரம் முழுவதும் போலீஸ் வலை வீசியாயிற்று. போலீசுக்கு டெலி போன் பண்ணி ஒட்டல் எம்பயரில் தேடச் சொன்னேன். அங்கே நான் அதை எதிர்பார்க்கவில்லை. நடேசன் சொன்னது போல இந்தக் கடத்தலுடன் அவர்களை சம்பந்தப்படுத்தக்கூடிய எவ்வித ஆதாரமும் அங்கு இருக்காது. அது அவர்கள் செயல் படும் முறையாக இருக்கலாம். இருந்தும் எனக்கு, ஏன் அவர் களை நேராக, காரணம் காட்டாமல், 24 மணி நேரம் கைது செய்து வைத்திருந்து நாலு தட்டுத் தட்டக் கூடாது என்று புரியவில்லை. அவர்கள் யார் என்பது புரியாதவரை என் வேலை முடிவு

பெறவில்லை. அவர்களுக்கு எப்படிச் செய்தி கிடைத்தது என்பது தெரியாதவரை என் வேலை முடிவு பெறவில்லை.

நடேசன் மாலை ஆபீஸ் ஸ்டாம்ப் காரில் வெளியே சென்றார். எங்கு என்று சொல்லவில்லை. அவர் கவலைகளை என்னால் தெரிந்துகொள்ள முடியுமா?

ஐந்துமணி வரை மாமூல் வேலைகளைக் கவனித்தேன். மீண்டும் மீண்டும் அதைப்பற்றியே யோசித்தேன். முதலில் செய்தி எப்படி வந்தது? டெலிபிரிண்டரில் ஸைஃபரில் அதை உடைத்தது யார்? உடைப்பதற்கு எனக்குத் தெரியும். தாஸ்குப்தாவுக்குத் தெரியும். தாஸ்குப்தா என் எதிரே உட்கார்ந்து ஒரு பென்சிலின் பின்புறத்தை சுவைத்துக்கொண்டிருந்தான். 'தாஸ்குப்தா!'

தாஸ்குப்தா தங்கம். அவன் அசிஸ்டெண்ட் கிரேடில் இருந் தாலும் அவன் படிக்கும் புத்தகங்கள் ஆச்சரியம். இங்கிலீஷ் அபாரமாக எழுதுவான். பிரிட்ஜ் அப்படி ஆடுவான். தாஸ் குப்தாவா? இருக்கவே முடியாது!

'தாஸ்குப்தா? உனக்கு ஞாபகம் இருக்கிறதா, நேற்று முதல்நாள் டெலிபிரிண்டரில் பம்பாயிலிருந்து ஸைஃபரில் மெஸேஜ் வந்ததே?'

'நேற்று முதல் நாளா?'

'ஆம்.'

'அன்று நான் காஷுவல் லீவில் இருந்தேன்.'

'அப்படி என்றால் அந்த ஸைஃபர் செய்திகளை...'

'நீங்கள்தான் டீகோட் செய்திருப்பீர்கள்.'

'நான் இல்லை!'

'இல்லையென்றால் பெரியவர்தான் செய்திருப்பார். நான் இப்போது எல்லாம் கீழான ப்ரையாரிடி மெஸேஜ்களைத்தான் செய்கிறேன். அது முக்கியமாக இருந்தால் அவர் அல்லது நீங்கள்தானே செய்கிறீர்கள்! ஏன், என்ன, ஏதாவது அசந்தர்ப்ப மாக நிகழ்ந்துவிட்டதா?'

'இல்லை!' என்றேன்.

என் ஆபீசிலிருந்து நிச்சயமாக நழுவியிருக்க முடியாது. பின் எங்கே? பம்பாயிலா? அப்படி என்றால், என் டெலிபோன்?

எதற்காக இப்படிக் கவலைப்படுகிறேன்? கவலைப்பட வேண்டியவர் நடேசன். அவருக்குச் சந்தேகம் ஏற்பட்டால் நிச்சயம் விசாரிப்பார். நிச்சயம் கண்டுபிடித்துவிடுவார். அவர் எத்தனை தூரம் எந்தத் திசையில் சந்தேகப்படுகிறார்? அது தெரியவில்லை.

மாலை திரும்பியதும் ஒரு சினிமாவுக்குப் போக உத்தேசித்தேன். டிக்கெட் கிடைக்காது, தெரியும். பேசாமல் குளித்துவிட்டு காப்பி சாப்பிட்டுவிட்டு ஒரு புத்தகத்துடன் உட்கார்ந்தேன். டால்ஸ்டாயின் 'போரும் சமாதானமும்'. தொளாயிரத்து சொச்சம் பக்கத்தில், இன்னும் பக்கம் இரண்டிலேயே இருக் கிறேன். பெயர்கள் சிக்கலான பெயர்கள். ஒவ்வொருத் தருக்கும் மூன்று பெயர்கள்.

மூன்றாவது பக்கத்திலேயே தூங்கிவிட்டேன்.

டெலிபோன் என்னை எழுப்பியது. எடுத்ததும் ரேணுகா வின் குரலை அடையாளம் கண்டு கொண்டேன்.

'நான்தான் ரேணுகா. என்னை ஞாபகம் இருக்கிறதா?'

'ஓ எஸ். ஒவ்வொரு அங்கமும்' என்றேன்.

'என்ன செய்துகொண்டிருக்கிறீர்கள்?'

'உன்னைப் பற்றி நினைத்துக்...'

'பொய்.'

'ஆர் யூ ஃப்ரீ நௌ?'

'எதற்கு?'

'கொஞ்ச நேரம் இன்னொஸெண்டாகப் பேசிக் கொண்டிருப் பதற்கு.'

'ஓ எஸ். அதற்காகத்தான் கூப்பிட்டேன். தயவு செய்து என் வீட்டுக்கு வாருங்கள். டீ சாப்பிட்டபிறகு இரவு டின்னருக்கு எங்கேனும் போகலாம்.'

அவள் கொடுத்த அட்ரஸை நான் குறித்துக்கொண்டேன்.

நான் அந்த வீட்டை அடைந்தபோது என்னை எதிர்பார்த்துக் கொண்டிருந்தாள். சிரித்தாள். நான் சொன்னதைக் கேட்டு கன்னம் சிவந்தாள். அவளுக்கு என்ன வயதிருக்கும் என்று என்னால் மதிப்பிட முடியவில்லை. பேச்சைப் பார்த்து ஒரு வயதையும், உருவத்தையும் உடலமைப்பையும் பார்த்து வேறு வயதையும் (எல்லாம் 25க்குக் கீழ்) கொள்ளலாம். அவளுடன் என் பரிச்சயம் ஒரு நாள் எல்லையை இப்போதுதான் தாண்டியிருக்கிறது. இருந்தும் அவளுடன் சிறு வயதிலிருந்து பழகி, பார்த்து, சிரித்து, ஒன்றாக ஆலமரங்களின் நிழலில் சந்தோஷம்கொண்டு கடல் காற்று, சூர்யாஸ்தமனம் போன்ற வற்றின் கவிதையில் மயங்கி, கையோடு கை தொட்டு, எலெக்ட்ரிக் ஷாக் அதிர்ச்சி பெற்றுக் கொண்டு, கடிதங்கள் அனுப்பித்து, சபதங்கள் செய்துகொண்டு... இப்படியெல்லாம் வருஷக்கணக்கில் பழகி ஒருவருக்கொருவர் ஏங்கிவிட்டு இன்றைய தினத்துக்கு வந்துசேர்ந்தது போன்ற உணர்ச்சியை அவள் எனக்கு ஏற்படுத்தினாள்.

'அதுதான் என் அப்பா. அதுதான் என் அம்மா' என்று நாற்காலி யில் சுத்தமாகக் கஷ்டப்பட்டுக்கொண்டு அமர்ந்து கொண்டு கேமராவைப் பார்த்து வெறுத்துக்கொண்டிருந்த இருவரையும் போட்டோவில் காட்டினாள்.

'அப்புறம் அது நிர்மலா, என் தங்கை' என்று மற்றொரு படத்தைக் காட்டினாள். 'அவள் இங்கிலாந்தில் இருக்கிறாள்' என்றாள் பெருமூச்சுடன். 'ஸ்காலர்ஷிப் கிடைத்து. அவள் ரொம்பப் புஸ்தகம் படிக்கிற டைப். இண்டலெக்சுவல்.'

'நீ?'

'நீதான் சொல்லேன்!'

'என்ன சொல்வது என்று தெரியவில்லை.'

'தடுமாற்றமா?'

'ஆம்!'

'உனக்கு என்ன வேண்டும்? அதிகப்படி செக்ஸ், இல்லையா?'

'இல்லை. உன்னைச் சில கேள்விகள் கேட்கவேண்டும்.'

'ஓ நோ! நாட் எகய்ன்! விஞ்ஞானி, கடத்தல் எல்லாம் எனக்கு அலுத்துவிட்டது.'

'அதைப்பற்றி இல்லை. அந்த ஓட்டலின் சொந்தக்காரர்களை... ஆல்ரைட், பிறகு பேசிக்கொள்ளலாம். நாம் கிளம்பலாம்...'

'இப்போது மணி என்ன?'

'7-30.'

'எட்டரை மணிக்குச் செல்லலாமே!' என்றாள்.

'ஓ எஸ். அதுவரை...'

'அதுவரை.'

'உன் சுவாரஸ்யமான குடும்ப போட்டோ ஆல்பம் இருக்கவே இருக்கிறது.'

'பரிகாசம் செய்கிறாயா?'

'இல்லை.'

'எனக்குப் பச்சை குத்தியது எந்த இடத்தில் தெரியுமா? காட்டட்டுமா?' என்றாள்.

'காண்பி' என்றேன் ஆவலுடன்.

'பழைய டில்லியில் இருக்கிறது அந்த இடம். போகலாமா?'

'நாட்டி கர்ல்' என்று சிரித்தேன். வாசலில் பஸ்ஸர் ஒலித்தது. 'அது என் அத்தையாகத்தான் இருக்கவேண்டும். ஒன் மினிட்' என்று சென்றாள்.

நான் காத்திருந்தேன். சுவரில் படங்களை ஆராய்ந்தேன். 'கான் வென்ட் ஆஃப் ஜீஸஸ் அண்ட் மேரி'யில் பத்தாவது ஸ்டாண்டர்ட் பெண்களின் க்ரூப் போட்டோவின் ஒரே மாதிரி உடை அணிந்த கன்னிப்பெண்களின் வரிசையில் அவளைத் தேடினேன். அப்புறம் அவள் வைத்துச் சென்ற போட்டோ ஆல்பத்தில் அவள் பத்து வயதிலிருந்து மெல்ல மெல்ல வளர்வதை போட்டோ சரித்திரமாகத் தொடர்ந்தேன்.

15 நிமிஷம் ஆகியும் அவள் வராதது எனக்கு திடீரென்று உரைத்தது. வாசலுக்கு வந்தேன். அவளைக் காணோம்! கீழே ஏதோ என் பூட்ஸ் அடியில் 'நர நர' என்றது.

கண்ணாடித் துள். மேலே பார்த்தேன். பார்ச் விளக்கின் பல்ப் உடைந்திருந்தது. கீழே பார்த்தேன். ஒரு ரத்தத் துளிபோலத் தெரிந்தது.

நான் ஒன்றும் கேட்கவில்லை. நான் ஒரு முட்டாள். என் காது மந்தம்! என் புத்தி மந்தம்! அவளைக் காணவில்லை.

நான் கவலைப்பட ஆரம்பித்தேன். முதலில் பஸ்ஸர் 'ம்' என்று கூப்பிட்டபோது அதன் வெட்டப்பட்ட சுருக்கமான அழைப்பில் ஒரு எச்சரிக்கை இருந்ததாக எனக்குத் தோன்றியது ஞாபகம் வந்தது. என்ன பிரயோசனம்? இப்போது அவளை எங்கே தேடுவது?

வீட்டில் ஒருவரும் இல்லை. காத்திருக்கலாமா? இல்லை போகலாமா? அவளுக்கு ஏதும் அபாயம் ஏற்பட்டிருந்தால் என்ன செய்வது? எதிரே ரோடில் இடது பக்கம் ஓடுவதா, வலது பக்கம் ஓடுவதா என்று கூடத் தெரியாதே. எங்கே போயிருப்பாள்? அல்லது எங்கே கொண்டுபோயிருப்பார்கள்? சே, ஏதாவது கடைக்குச் சென்றிருப்பாள். காத்திருக்கலாம்.

நான் அவளுக்காகக் கவலைப்பட்டேன்.

திரும்ப வீட்டுக்கு வந்து கதவைத் திறக்கும்போதே என் டெலிபோன் உள்ளே ஒலித்துக்கொண்டிருந்தது. திறந்து, பாய்ந்து, அதை எடுக்குமுன் நின்று விட்டது. நான் சபித்துவிட்டு டால்ஸ்டாயைத் தேடினேன். பக்கம் மூன்று. நாலாம் பக்கத்தில் முதல் வரியில் டெலிபோன் ஒலித்தது. எடுத்தேன். ரேணுகா!

'ரேணுகா! மை காட்! என்ன ஆனாய்? திடீரென்று உன்னைக் காணவில்லை. எங்கிருந்து பேசுகிறாய்?'

'ஐம் இன் ட்ரபிள்' என்றாள்.

'எங்கிருந்து பேசுகிறாய்?'

'சொல்கிறேன். அவர்கள் என்னைத் துன்புறுத்துகிறார்கள். மெதுவாக மெதுவாகத் துன்புறுத்துகிறார்கள். இந்த ரீதியில் அடுத்த சனிக்கிழமைதான் பாதி சாவேன். என்னைக் கொல்ல மாட்டேன் என்கிறார்கள். இட்ஸ் டெர்ரிபிள்!'

'என்ன கேட்கிறார்கள்?'

'உன்னை.'

'நான் வரவேண்டுமா?'

'ஆம். நீ வரவேண்டுமாம். தனியாக, துணையில்லாமல். டாக்டர் ராமச்சந்திரன் விட்டுச் சென்ற காகிதங்களில் உள்ள விஷயங் களைத் தெளிவாக்கவேண்டுமாம். டிசைஃபர் செய்ய வேண்டு மாம். என்னைப் பிடித்துக்கொண்டு படாத பாடு படுத்துகிறார்கள். யாரோ டெலிகிராம் என்றான் வாசலில். கதவைத் திறந்தேன். அவ்வளவுதான் தெரியும். உனக்குப் போன் செய்து உன்னை வரவழைத்தால்தான் விடுவார்களாம்.'

'இல்லாவிட்டால்?'

'கடவுள் என்னைக் காப்பாற்றட்டும். நான் உனக்கு இவ்வளவு தூரம் தொந்தரவு தருவதில் மிகவும் வருந்துகிறேன். ஆனால் இந்த வேதனையை என் உடம்பு தாங்காது.'

'எங்கே இருக்கிறாய், எங்கே வரவேண்டும். சொல்லு.'

அவள் பக்கத்தில் கேட்பது கேட்டது.

'கே. பதினெட்டு, தெற்கு எக்ஸ்டென்ஷன், பார்ட் ஒன். தனியாக வரவேண்டுமாம்...'

யாரோ ஒருவன் அவளிடமிருந்து டெலிபோனைப் பற்றிச் சொன்னான்: 'லுக்! இந்தத் தடவை ஏதாவது கோமாளி வேலை

நடந்தால், கூட போலீஸோ எதுவோ வந்தால் இந்த வீட்டில் நீ ஒரு பெண்ணின் இறந்த உடலைத்தான் பார்ப்பாய். புரிந்ததா? டெலிபோன் தெளிவாகக் கேட்கிறதா?'

'வருகிறேன்' என்றேன்.

'தனியாக' என்றான்.

'ஆம், தனியாக.'

'ஞாபகம் வைத்துக்கொள். உன்னிடம் இருக்கும் சிவப்பு ஃபைல், அதையும் எடுத்து வரவேண்டும் தெரிகிறதா?'

'தெரிகிறது.'

தொடர்பு அறுந்தது.

யோசித்தேன். நான் இந்தத் தொழிலுக்கு லாயக்கில்லை. நிச்சயம் லாயக்கில்லை. ரேணுவுடன் ஒரு சந்திப்பில் நான் என் தகுதியை இழந்துவிட்டேன். அவள்மேல் பற்றுதல் உண்டாகி விட்டது. அவளைத் துன்புறுத்துகிறார்கள். அவள் யார்? ஏதோ ஒரு பெண். எனக்குத் தெரியாமல் எவ்வளவு துன்பங்கள் நடக்கின்றன. அவர்கள் ஒவ்வொருவரும் கூப்பிட்டால் நான் போகவேண்டுமா! அவள் யாரோ என்று என்னால் பேசாமல் இருக்க முடியவில்லை. ஒரு இரவில் அந்தரங்கங்கள், என் இளமை, அவள் பன்னிப் பன்னிச் சொன்ன சுயசரித விவரங்கள், அவள் மார்பின் மிக மென்மையான வளைவு, இடுப்பின் சரிவு, அவள் கால்களின் ஸாடின், அந்த உடம்பை அவர்கள் என்ன செய்கிறார்களோ?

அவள் என்னைக் காப்பாற்றினாள். ஆம்! நேற்று எனக்கு உதவி செய்து காப்பாற்றினாள். நான் போய்த்தான் ஆகவேண்டும்.

ஆனால் நான் போய் என்ன செய்ய முடியும்? என்ன சாதிக்க முடியும்? தனியாகப் போய் அகப்பட்டுக்கொள்வது எவ்வளவு முட்டாள்தனம்! என்னிடமோ அந்த ஃபைல் இல்லை. அவர் களுக்குத் தேவை அது. அது ஆபீசில் என் அறையில் அலமாரிக் குள் பத்திரமாக இருக்கிறது. அலமாரி பூட்டி, என் அறை பூட்டி, ஆபீஸ் பூட்டி, சீல் வைத்து சாவிகள் யாவும் நடேசனிடம் இருக்கின்றன. என்ன செய்வது? மறுபடி ஒரு ஸாலோவா?

பலி ஆடு போல மாட்டிக்கொள்ளப் போகிறேனா? இன்னமும் என் அதிர்ஷ்டம் தாங்கும் என்று கனவு காண்கிறேனா? இன் னும் எச்சரிக்கை கொண்ட அவர்கள் மத்தியில் மறுபடி அவளை மீட்டு வரலாம் என்று நம்புகிறேனா?

துப்பாக்கியைப் பத்திரப்படுத்திக்கொண்டேன். பார்த்து விடலாம். எப்படி...

நேராக அந்த இடத்திற்குப் போகவேண்டாம். முதலில் அந்த இடத்தை சர்வே செய்யலாம். எந்த மாதிரி வீடு அது? வீடா? எப்படி வேவு பார்ப்பது? தெற்கு எக்ஸ்டென்ஷன் என்பது ரிங் ரோடில் ஒரு புதிய காலனி, பணக்காரர்களின் தனித்தனி வீடுகள். முதலில் அந்தக் காலனியில் நுழைவதற்கு முன் முகப்பில் இருந்த கார்ப்பரேஷன் மேப்பைப் பார்த்தேன். அதில் கே பிளாக் ஒரு கோடியில் இருந்தது. நான் எதிர்பார்த் தேன். கே பதினெட்டு மிகக் கடைசியில் இருந்தது. இதையும் நான் எதிர்பார்த்தேன்.

ஸ்கூட்டரை ஒரு பால் டிப்போவுக்கு அருகில் நிறுத்திவிட்டு நடந்து சென்றேன். கே பிளாக்குக்கு அல்ல! ஜெ பிளாக்குக்கு. ஜெ என்பது கேயின் பின்புறம் இருக்கும் பிளாட். அமைப்பு இதுதான். ரோடு, வீடுகள், வீடுகளின் பின்புறம் சந்து, ஆறடிச் சந்து. அந்தச் சந்து ஜெ, கே இரண்டுக்கும் பொது. அந்தச் சந்தில் சென்று கே பதினெட்டின் பின்புறத்தை அடைந்தேன். நான்கு கண்ணாடி ஜன்னல்கள் தெரிந்தன, மாடியில். அவற்றில் ஒன்றில் விளக்கு எரிந்துகொண்டிருந்தது.

என் ஷ்யூவை அவிழ்த்தேன். சாக்ஸை அவிழ்த்தேன். தரையில் கால்களைத் தேய்த்துக்கொண்டேன். கை வியர்வையைக் கைக் குட்டையால் துடைத்துக்கொண்டேன்.

சுற்றிலும் இரவு பத்து மணி நிசப்தம். இருள். அந்த ட்ரெயின் பைப் இடது ஓரத்தில் இருந்தது. அதன் மூலம் ஒரு சாதாரணத் திருடன்போல ஏறினேன். நேராக ஏறி மேல் மாடிக்குச் சென்றேன். மேல் மாடியில் கைப்பிடிச் சுவருடன் நடந்தேன். நடந்து அந்த விளக்கு எரியும் ஜன்னலுக்குமேல் வந்தேன். ஜன்னல்மேல் வசதியாக கான்க்ரீட் நீண்டிருந்தது. அது ஒரு எட்டு அடி ஆழத்தில் இருந்தது.

கைப்பிடி சுவர்மேல் ஏறி, திரும்பிக்கொண்டு என் ஆறடி உயரத்தையும் பயன்படுத்திக்கொண்டு கடைசி இரண்டு அடியைச் சரிந்தேன். உட்கார்ந்தேன். அந்த நீட்டல் சுமார் ஒன்றரை அடி அகலம் இருந்தது. அதில் ரிசர்வ் செய்யாத மூன்றாம் வகுப்புப் பெட்டியில் படுத்துக்கொள்கிறமாதிரி முடங்கிக்கொண்டு மெதுவாக எட்டிப் பார்த்தேன்.

ஒரு லைட் தொங்கிக்கொண்டிருந்தது. அதன் வெளிச்சத்தில் எனக்கு முதுகைக் காட்டிக்கொண்டு ஒருவன். மற்றொருவன் ஆப்பிள் சீவிக்கொண்டிருந்தான். இடது பக்கம் மூன்றுபேர் இருந்தார்கள். அவர்களில் ஒருவன் எம்பயரில் பார்த்த முகம். மற்றொருவனின் மங்கோலிய மூஞ்சி என்னை ஆச்சரியப்பட வைத்தது. மூன்றாமவன் கைக்கடியாரத்தைப் பார்த்துக் கொண் டிருந்தான்; சாப்பிடவில்லை.

அவர்கள் பேச்சு எனக்குச் சரியாகக் கேட்கவில்லை. என் இதயம் தான் எனக்குக் கேட்டுக்கொண்டிருந்தது. ரேணுகா எங்கும் தென்படவில்லை.

நான் ஒருவிதமாக சுதாரித்துக்கொண்டேன். எவ்வளவு தூரம் கடந்த பாலங்களை எரித்திருக்கிறேன்! சரேல் என்று இங்கே குதித்திருக்கிறேனே, இங்கிருந்து எப்படித் தப்பிக்கப்போகிறேன் என்று யோசித்தேனா?

பார்த்தேன். மறுபக்கத்து ட்ரெயின் பைப் சுமார் ஏழடி தூரத்தில் தெரிந்தது. அதற்குத் தாவி வழுக்கவேண்டும். கை கயண்டு விடும். தவறினால் நாற்பதடி நேராக விழுந்துவிடுவேன். இரண்டே வரிகளில் இந்தக் கதை முடிந்துவிடும். அது அப்புறம்.

இப்போது என் காது சன்னமாகக்கேட்ட அவர்கள் குரல்களுக்குப் பழகிவிட்டது. அவர்கள் பேசுவது கேட்டது.

'...ந்துவிடுவான், வந்துவிடுவான். இன்னும் அரை மணி நேரம் கொடுத்துப் பார்க்கலாம்!'

'இந்தக் குரலை நான் எங்கே கேட்டிருக்கிறேன்? எம்பயரிலா?'

பேசியது ஆப்பிளை வெட்டியவனாகத்தான் இருக்கவேண்டும்.

'அந்தப் பெண் சாப்பிட்டாளா?'

'இல்லை.'

'கிடக்கட்டும். அவன் வந்தவுடன் என்ன செய்யவேண்டும் தெரியுமா?'

'இந்தத் தடவை தப்பு ஏற்படாது.'

'உள்ளே வந்தவுடனே பிடித்து விடுங்கள். தீர்க்கக்கூடாது. தீர்ப்பது டில்லிக்கு வெளியே. ராம் நாராயண் எங்கே?'

'ரோடு சந்திப்பில் நிற்கிறான். அதிக ஆட்களோ போலீஸோ வந்தால் சொல்வதற்கு.'

'கார் ரெடியாக இருக்கிறதா?'

'அவன் துப்பாக்கி வைத்திருப்பான்; ஞாபகம் இருக்கட்டும்.'

'கவலைப்படாதீர்கள்.'

'இந்தக் காரியம் முற்றுப்பெற வேண்டும்.'

'கவலைப்படாதீர்கள். அவன் இன்று ஆழப் புதைக்கப்படுவான்!'

என்னைப்பற்றித்தான் பேசிக் கொண்டிருக்கிறார்கள். தீர்ப்பது டில்லிக்கு வெளியே! அவன் இன்று ஆழப் புதைக்கப்படுவான்! எனக்கு சிலிர்த்தது. என்னைத் தீர்க்கத் திட்டமிடுகிறார்கள். என்னிடமிருந்து அந்த ஃபைல் அவர்களுக்குத் தேவை இல்லையா? ரேணுகா எக்கேடு கெட்டுப்போகிறாள் என்று விட்டுவிடலாமா? நான் தனியாள்; துப்பாக்கியோ இல்லையோ, என்ன செய்ய முடியும்?

'நீங்கள் போகலாம்' என்றான் ஆப்பிள் சீவினவன்.

'நான் அவன் பிடிபடுவதைப் பார்க்கவேண்டும்' என்றது அந்தக் குரல்.

அந்த முதுகு பரிச்சயமான முதுகு. அந்தக் குரல் கேட்ட குரல். எங்கே என்று தெளிவில்லாமல் இருந்தது.

அவன் எழுந்து சோம்பல் முறித்துவிட்டு, கைகடிகாரத்தைப் பார்த்துவிட்டு மெதுவாக ஜன்னல் பக்கம் திரும்ப, முதல் தடவையாக நான் அவன் முகத்தைப் பார்த்தேன்.

பார்த்தவுடன் அந்த இடத்திலிருந்து நான் அதிர்ச்சியால் விழாதது ஆச்சரியம்...

சற்றுமுன் கடந்த வரியைத் திரும்பப் படியுங்கள்.

மெதுவாக ஜன்னல் பக்கம் திரும்ப, முதல் தடவையாக அவன் முகத்தை என்பது அவர் முகத்தை என்றிருக்க வேண்டும்.

ஏன் எனில் நான் பார்த்து-

நடேசனை!

சில சமயங்களில் நிதர்சனமாகப் பார்ப்பதை நம்புவது கஷ்டமாக இருக்கும். அந்தச் சமயங்களில் ஒன்று அது. நடேசன் என் உயர் அதிகாரி. சர்க்காரில் பெரிய அதிகாரி. என் மரியாதைக்கும் மதிப்புக்கும் உரியவர். நான் முன்னோடியாக வைத்துக் கொண்டவர். நான் ஆதர்சமாக நினைத்தவர். அரசாங்கத்தின் தூண். அவரா? அதுவும் இந்தக் கூட்டத்தில்! அரசாங்கத்துக்கு எதிராகத் துரோகம் செய்கிறாரா? ஒரு ஐந்து நிமிடத் துக்கு முன், 'அவர் துரோகம் செய்கிறார்' என்று எண்ணுவதையே துரோகம் என்று நினைத்துக்கொண் டிருந்த எனக்குக் கிடைத்த அதிர்ச்சி பாருங்கள். நான் பார்த்தது நடேசனைத்தான். அதில் சந்தேகமில்லை. திடீரென்று எல்லாத் துண்டுகளும், அதனதன் இடத்தில் விழுந்தன. டாக்டர் ராமச்சந்திரன் வருகையைத் தெரிந்தவர் அவர் ஒருவர்தான். என் டெலிபோன் எண்ணைத் தெரிந்தவரும் அவர் ஒருவரே. சேச்சே! என்னால் நம்ப முடியவில்லையே. அவர் துரோகம் பண்ணுவதற்கு என்ன காரணம் இருக்க முடியும்? உயர்ந்த அதிகாரி. பணத்தேவை கிடையாது. சிறிய குடும்பம். ஆசைகள் கிடையாது. எதற்கு துரோகம் செய்யவேண்டும்? 'என்னைத் தீர்த்துவிட வேண்டும்' என்று பேசிக்கொண்டிருக்கிறாரே! நான் மௌனமாக ஆபீசில் சந்தேகப்படத் தொடங்கியதில் உஷாராகி விட்டாரா? ஆனால்... ஆனால், நடேசனா!

துரோகங்கள் எவ்வளவு வகை, ஒரு பனாமா சிகரெட்டுக்காகச் செய்யும் சில்லறைத் துரோகத்திலிருந்து பிறந்த தேசத்தைக் காட்டிக் கொடுக்கும் ராஜத் துரோகம் வரை எல்லாவற்றுக்கும் அடிப்படைக் காரணமாகப் பணம் அல்லது பெண் இருக்கும். இரண்டையும் எனக்கு நடேசன் விஷயத்தில் அனுமதிக்க முடியவில்லை. என்னால் துளியும் சந்தேகப்பட முடியாதபடி இருந்தது இதுவரை அவர் நடத்தை! எப்பேர்ப்பட்ட நடிகராக இருக்கவேண்டும். இன்று காலை எங்கள் ஆபீசில் விசாரணை நடத்தவேண்டும் என்று சொன்னபோது எவ்வளவு சுலபமாக, இயல்பாக அதை மறுத்தார். 'சந்தேகத்துக்கு நீயும் உட்பட வேண்டும். நானும் உட்பட வேண்டும்' என்றார். இப்போது என்னை வரவழைத்தது அந்த ஃபைலுக்காக அல்ல, எனக்காக! என்னைத் தீர்த்துக் கட்டுவதற்கு!

எனக்கு சிலிர்த்தது. நாற்பது அடி உயரத்தில் உட்கார்ந்திருக் கிறேன். மாட்டிக்கொண்டால் செத்தேன்.

இப்போது மாட்டிக்கொள்ள வேண்டாம். என் கண்டுபிடிப்பின் கனம் என்னிலிருந்து இறங்கியபின் இவர்கள் என்னைத் தூள் தூளாகச் செய்யட்டும்.

இப்போது நான் அகப்பட்டுக்கொள்வதாக இல்லை... எனக்கு வேலை இருக்கிறது!

எவ்வளவு ஆபத்தான நிலைமை! எனக்கு அல்ல; அரசாங்கத் துக்கு. அவர் எப்படிப்பட்ட பதவியில் இருக்கிறார். சர்க்கார் ரகசியங்கள் அனைத்தையும் பரிசீலிக்கும் வாய்ப்பு இருக்கிறது. இவர் துரோகி என்றால் இந்த சர்க்கார் என்ன ஆவது? எத்தனை நாள் விஷயங்கள் நழுவி வந்திருக்கின்றன? எனக்கு வியர்த்தது. உடனே ஒருவருக்குத் தெரிவிக்க வேண்டும்.

யாராவது நம்பப் போகிறார்களா? இருந்தாலும் பார்த்ததைச் சொல்லவேண்டியது என் கடமை. சொல்லித்தான் ஆக வேண்டும்.

அவர்கள் எனக்காகக் காத்திருக்கிறார்கள். இன்னும் அரை மணி நேரம் காத்திருப்பார்கள். அரை மணிக்குள் நான் எவ்வளவு செயல்கள் செய்யவேண்டும்?

குரங்கு மாதிரி பாய்ந்து, ட்ரெய்ன் பைப்பின் நாற்பது அடிகளைச் சரிந்தேன். கை நெருப்பாக எரிந்தது, ஷூவைத் தேடச் சமயமில்லை. விட்டுச் சென்ற ஸ்கூட்டரை நோக்கி ஓடினேன். உதைத்தேன். கிளப்பினேன். சரியாகப் பத்து நிமிடத்தில் ஹேஸ்டிங்ஸ் ரோடுக்கு வந்தேன். அங்கே இருக்கும் செக்ரடரியின் வீட்டுக்குச் சென்றேன். எங்கள் மினிஸ்ட்ரியின் செக்ரடரி.

வீட்டு வாசல் போர்டிகோவில் கதர்ச் சட்டை கோட் ப்யூன் நிறுத்தினான். நான் காகிதம் கேட்டு அதில் எழுதினேன். 'நான் ---ல் ஒரு ஆபீசர். நான் உங்களிடம் பேசவேண்டும். மிக அவசரம். தேசிய அபாயம்' என்று எழுதி உள்ளே அனுப்பி வைத்தேன்.

கடிதம் உள்ளே சென்றது. நான் நடக்க முடியாமல், நிற்க முடியா மல், உட்கார முடியாமல் துடித்தேன். எப்படிச் சொல்லப் போகிறேன்? உண்மையைச் சொல்வதற்குக்கூடச் சாமர்த்தியம் வேண்டும். ஐந்து நிமிடத்தில் நிலைமையின் தீவிரத்தை எடுத்துச் சொல்ல எனக்குத் திறமை இருக்கிறதா? இதில் பாதி செக்ரடரி யையும் பொருத்தது.

கதர் வெளியே வந்தான். 'உடனே உள்ளே வரச் சொன்னார்' என்றான். எனக்குச் சற்று ஆறுதலாக இருந்தது. காகிதத்தில் கிறுக்கின அந்த வரி சரியாக உரைத்திருக்கவேண்டும்.

செக்ரடரியை நான் மூன்று தடவைகள் பார்த்திருக்கிறேன். மூன்று தடவையும் க்ளோஸ்கோட் அணிந்துகொண்டுதான் பார்த்திருக்கிறேன். இப்போது பைஜாமாவும் பைப்புமாக வேறு விதமாக இருந்தவரை அடையாளம் கண்டுகொள்வது சிரமமாக இருந்தது.

படிக்கும் அறையில் என்னைச் சந்தித்தார். 'கேம்ஸ் தட் பீப்பிள் ப்ளே' என்கிற புத்தகத்தைக் கையில் வைத்திருந்தார். 'வாட்ஸ் ஆல் திஸ்... நீ யார்?' என்றார்.

நான் என் பெயரை, என் பதவியை, என் டிபார்ட்மெண்டைச் சொன்னேன். 'உங்களுக்குத் தெரிந்திருக்கலாம். நேற்று முதல் நாள் டாக்டர் ராமச்சந்திரன் என்கிற ஏ.இ.சி. விஞ்ஞானி கடத்தப் பட்டார். ஒரே நாளில் மீட்கப்பட்டார். நான்தான் அவரைத்

தொலைத்தவன். மேலும் அவரை மீட்டுக்கொண்டு வந்தவனும் நானே' என்றேன்.

அவர் புருவங்கள் சற்று உயர்ந்தன. அவர் கவனம் சற்று அதிக மாகியது.

'நீ நடேசனின் கீழ் வேலை செய்பவனா?'

'ஆமாம் சார்!'

'நடேசன் ரொம்பப் பெரிய ஆசாமி! ஒரே நாளில் அந்த விஞ்ஞானியை மீட்டுக்கொண்டு வந்துவிட்டாரே! என்னிடம் இன்றுதான் எல்லாம் சொன்னார். இது வெளியில் தெரிந்திருந் தால் கலாமிட்டி, ரொம்ப க்ளோஸ் ஷேவ்.'

'சார்! நான் சொல்லவேண்டிய மிக முக்கியமான விஷயம் ஒன்று இருக்கிறது. உங்கள் கடந்த கால அனுபவங்களையும் அபிப் பிராயங்களையும் மறந்துவிட்டு நான் சொல்லும்- நான் பார்த்த- சில உண்மைகளைக் கேளுங்கள். அப்புறம் எனக்கு ஆணை யிடுங்கள். என்ன செய்வது என்று...'

'சொல்' என்றார் பைப்பைத் திணித்துக்கொண்டே.

'டாக்டர் ராமச்சந்திரன் கடத்தப்பட்ட விவரங்கள் உங்களுக்கு முழுவதும் தெரியுமல்லவா?'

'தெரியும். இருந்தும் உன் வெர்ஷனையும் சொல்லு.'

சுருக்கமாகச் சொன்னேன். பாலம், கடத்தல், நடேசன், டெலி போன், ஓட்டல் எம்பயர், மீட்டல், அவருக்கு முன்பே தெரிந் திருந்ததால் நான் சொன்ன மிகச் சுருக்கமான வர்ணனையை அவரால் புரிந்துகொள்ள முடிந்தது. தொடர்ந்தேன். 'இந்தக் கடத்தலில் எனக்குச் சில சந்தேகங்கள் ஏற்பட்டன. ஒன்று டாக்டர் ராமச்சந்திரன் வருவது பரம ரகசியம். நடேசனுக்கும் எனக்குமே தெரிந்தது. அந்த ரகசியம் எப்படி அவர்களுக்குத் தெரிந்தது? அப்புறம் என் டெலிபோன் நம்பர் டைரக்டரியில் இல்லாதது. இருந்தும் அவர்கள் எனக்கு போன் செய்தார்கள். நம்பர் அவர்களுக்கு எப்படி தெரிந்தது? மூன்றாவது, எப்படி டிபார்ட்மெண்டின் வானைச் சரியாகப் பாலத்தில் நிறுத்தினார்

கள்? அந்தச் சந்தேகங்கள் எல்லாம் என்னை நம் ஆபீசிலேயே லீக் இருக்கும் என நம்ப வைத்தன. இதை நடேசன் நம்ப வில்லை.'

'இதைப் பற்றி நடேசன் இன்று மாலை என்னிடம் பேசிக் கொண்டிருந்தார். ரொம்ப கன்வின்சிங்காகச் சொன்னார். உங்கள் ஆபீசில் சந்தேகப்படக் கூடாது என்பதை...'

நடேசன்... நடேசன், ஒவ்வொரு அடிக்கும் நடேசனை விழுந்து சேவிக்கும் இவரிடம் எப்படிச் சொல்லப் போகிறேன்? நேரம்! நேரம்! நேரம் விரயமாகிக்கொண்டிருக்கிறது. சார் நான் சொல்லப் போவது உங்களுக்கு 'ஷாக்'காக இருக்கும். இன்று மாலை எனக்கு மற்றொரு டெலிபோன் வந்தது. அது ஒரு பெண். எனக்கு ஓட்டல் எம்பயரில் டாக்டர் ராமச்சந்திரனை மீட்க உதவிய பெண். அவளைப் பிடித்துக்கொண்டு சித்ரவதை செய்கிறார்கள் என்றும், டாக்டர் ராமச்சந்திரனிடமிருந்து அப கரித்த காகிதங்களில் உள்ள ரிப்போர்ட்டை டிகோட் செய்வதற்கு உண்டான ஃபைலுடன் நான் சவுத் எக்ஸ்டென்ஷினில் ஒரு வீட்டுக்கு வரவேண்டும் என்றும் சொன்னார்கள். நான் போனது சரியா தப்பா என்பது இப்போது முக்கியமில்லை. நான் போனதுதான் முக்கியம். நேராகப் போகாமல் பின்புறமாகச் சென்று ட்ரெய்ன் பைப் வழியாகப் படியேறி வேவு பார்த்தது முக்கியம் சார்! நான் பார்த்தது இதுதான்:

'அந்த அறையில் ஆறு பேர் இருந்தார்கள். அவர்களில் ஒருவன் மங்கோலிய முகம். அவர்கள் எல்லோரும் என் வருகையை எதிர்பார்த்துக்கொண்டிருந்தார்கள். அவர்கள் பேச்சிலிருந்து நான் கொண்டுவருவதாக இருந்த பைலைவிட என்னைத் தீர்த்துக்கட்டுவதில்தான் அவர்கள் அதிக விருப்பம் கொண்டிருந் தார்கள் என்பது தெரிந்தது. நடுவில் இருந்த அந்த ஆசாமி, 'என்னை உள்ளே நுழைந்ததும் பிடித்துவிட வேண்டும்; டில்லி எல்லைக்கு வெளியே எடுத்துச் சென்று ஆழப் புதைக்க வேண்டும்' என்று பேசின, ஆணையிட்ட முகத்தை நான் முதலில் பார்க்க முடியவில்லை. சற்று நேரத்தில் அவர் திரும்பிய போது அவர் முகத்தை நான் பார்த்தேன். அவர் நடேசன்' என்று அவர் முகத்தைப் பார்த்தேன்.

செக்ரடரி பைப்பை நழுவ விட்டுவிட்டார்.

'யூ ப்ளடி ஃபூல், வாட் ஆர் யூ டாக்கிங்?'

'நான் நடேசனைத்தான் பார்த்தேன்' என்றேன் அமைதியாக.

'வாட்! நடேசன் யார் தெரியுமா? இந்த ஆர்கனைஸேஷனின் ஹெட்! அவர் ஒரு மிக உயர்தர, மிக நன்றியுள்ள அதிகாரி. அவருக்கு பத்மபூஷண் கிடைக்கப் போகிறது.'

'அவர் ஒரு தேசத் துரோகி.'

'கெட் அவுட் ஆப் ஹியர். நீ குடித்திருக்கிறாய் என்று நினைக் கிறேன்.'

'இல்லை சார். என் சகல புலன்களும் சரியாகத்தான் இருக் கின்றன. நான் பார்த்தேன். பார்த்தேன். பார்த்தேன். பார்த்ததை நம்பவில்லை. நம்புவது வேறு விஷயம். பார்த்ததின் தீவிரம் மிக முக்கியம்; அதனால், இந்தச் செய்தியால் காட்சியே மாறுகிறது. அதை உங்களிடத்தில் சொல்லவேண்டியது இன்னும் துரோக எண்ணம் ஏற்படாத என் கடமை. உங்களிடம் நேராக வந்து, அதுவும் இந்த ராத்திரி வந்து சொல்கிறேனே, இதிலிருந்து அதன் தீவிரம் தெரியவில்லையா?'

'அந்த இடத்தில் இன்னும் அவர்கள் இருக்கிறார்களா?'

'எனக்காகக் காத்திருக்கிறார்கள். நடேசன் உட்பட. நாம் பேசிக்கொண்டே இருந்தால் கலைந்துவிடுவார்கள்.'

'என்ன செய்யவேண்டும் என்று சொல்கிறாய்?'

'நான் சொல்வதை நீங்கள் நம்பவேண்டாம். நீங்களே வந்து நேரில் பாருங்கள். தயவு செய்து போலீஸ் கமிஷனருக்குச் சொல்லுங்கள்; உடனே அந்தப் பகுதியைச் சுற்றி வளைத்துக் கொள்ளும்படி. அந்த வீடு கோடியில் இருக்கிறது. ஒரு பக்கம் இன்னும் டெவலப் ஆகாத காட்டுப்பிரதேசம், அவர்களை ஓட விடக்கூடாது! திடீரென்று சூழ்ந்துகொள்ள வேண்டும். பட்ரோல் கார்களை உடனே அனுப்பச் சொல்லுங்கள். சுமார் நூறு பேருக்கு மேல் இல்லாமல் இருக்கட்டும்; படையாக ரெடியாக இருக்கட்டும். ஒரு மிக வேகமான தாக்குதலில் சூழ்ந்துவிட்டால் அவர்கள் ஒருவரும் தப்பிக்க முடியாது!'

அவர் என்னைப் பார்த்த வெறிச்சிட்ட பார்வையிலிருந்து அவர் இன்னும் அதிர்ச்சியிலிருந்து விடுபடவில்லை என்று தெரிந்தது.

எதிரே டெலிபோனைக் காட்டினார். 'குப்தாவைக் கூப்பிடு. நான் சொல்கிறேன்' என்றார்.

கமிஷனர் கிடைத்ததும் நான் டெலிபோன் ரிசீவரை அவரிடம் கொடுத்தேன். 'தயாள் ஹியர். ஓ எஸ். குட் ஈவினிங். சவுத் எக்ஸ் டென்ஷன்... (என்னைப் பார்த்தார். 'கே 18' என்றேன்.) கே 18-ல் ஒரு திடீர்த் தாக்குதல் செய்யவேண்டும். இன்னும் பதினைந்து நிமிடத்துக்குள்...'

'...'

'லுக், நான் பதினைந்து நிமிடம் என்றால் பதினைந்து நிமிடம். அது ரொம்ப முக்கியமான அரெஸ்ட். அதிகம் சப்தம் கூடாது. ஜீப்களைத் தள்ளி நிறுத்துங்கள். ரேடியோ கார்கள் எல்லா வற்றையும் அனுப்புங்கள். ஜஸ்ட் எ மினிட், அந்த ஏரியாவுக்கு நேரே அனுப்பாதீர்கள்.'

என்னைப் பார்த்தார்... நான் தலையசைத்தேன்.

'எல்லோரும் ஸே, ஏ.ஐ.ஐ.எம்.எஸ். அருகில் கூடட்டும். நாங்கள், நானும் என் ஆபீசரும் வருகிறோம். எங்களுக்காகக் காத்திருக்கட்டும். சரியாகப் பதினைந்து நிமிடம், கெட் மூவிங். டெலிபோனை வைத்தவர் என்னைப் பார்த்து, 'நீ சொல்வது சரியாக இருக்கட்டும். இல்லாவிட்டால் இன்று ராத்திரிக்குள் உன் தலை உருளும்! வெய்ட் ஹியர்' என்று சொல்லிவிட்டு உடை மாற்றச் சென்றார்.

நான் நடுங்கினேன். நான் பார்த்தது சரிதானே? ஏதும் மாயா ஜாலம் இல்லையே? இப்போது அரசாங்கத்தை நடத்தும் செக்ரடரி, ஏகப்பட்ட போலீஸ் இவர்களுடன் புடைசூழப் போகிறேன். அவர்கள் அங்கு இல்லை என்றால்? கிளம்பி மறைந்திருந்தால்? நான் புகை பிடிக்க மிக விரும்பினேன்.

சில நிமிடங்களில் அவருடைய அம்பாஸடர் காரில், அவரே ஓட்ட, மௌனமாக என் இருதயத் துடிப்பைக் கணக்கிட்டுக்

கொண்டிருக்க, அவர் என்னைக் கேட்டார்: 'நீ எப்படி முதலில் சந்தேகப்பட்டாய்?'

'நான் சந்தேகப்படவே இல்லையே சார், நான் நேரில் பார்த்த அந்தக் கணம் வரை! '

'நீ சொல்வது உண்மை என்றால் அதன் அர்த்தம் என்ன தெரியுமா?'

'தெரியும் சார். மிக சீரியசான அர்த்தம்!'

'மை காட்! என்னால் நினைக்கவே முடியவில்லை. எத்தனை ரகசியங்கள் நழுவியிருக்கும்! நீ சொல்வது உண்மையில்லை என்றால்...'

'நான் பார்த்தது தெளிவான காட்சி.'

'ஓ டியர்!'

ஏ.ஜெ.ஐ.எம்.எஸ். அருகில் மூன்று கார்கள் நின்று கொண்டிருந் தன. ஏரியல் சகிதம். அவற்றில் போலீஸ்காரர்கள் அடைந்திருந் தார்கள். நான் இறங்கினேன். அவர்கள் சல்யூட் அடித்தார்கள். 'நீயே சொல், எந்த இடம்?' என்றார் தயாள். நான் சொன்னேன். கே. பிளாக்கின் அமைப்பை விவரித்தேன். அந்த வீட்டின் இருப்பிடத்தைப் பற்றிச் சொன்னேன். காரின் உள் விளக்கு வெளிச்சத்தில் பெட்ரோல் கூப்பனின் பின்புறத்தில் ஒரு சிறிய படம் போட்டுக் காட்டினேன். இடது வலது பக்கமும் பின்புற மும் அவர்களைப் பார்த்து தனித்தனியாக அணுகும்படி சொன்னேன்.

'நான் முதலில் நடந்து செல்கிறேன். நான் சைகை காட்டும்வரை காத்திருங்கள். காட்டியதும் உடனே எல்லோரும் சூழட்டும்...'

மேலும் சில ஜீப்கள் வந்து சேர்ந்துகொண்டன. கிளம்பினோம். திருப்பங்களில் எல்லாம் போலீஸ் காத்திருக்க நான் மட்டும் தனியாக அந்த கே-18 வீட்டை அணுகினேன். மாடியில் இன்னும் விளக்கு எரிந்துகொண்டிருந்தது. ஒருவன் தனியாக மூலையிலிருந்து சப்தம் போட்டுக்கொண்டே ஓடி வந்தான். அவன் அவர்கள் ஆளாக இருக்கவேண்டும். போலீஸ் வந்திருப்பதை மூலையில் பார்த்திருக்கவேண்டும்.

நான் அவனை நிறுத்தி வாயைப் பொத்தினேன். வீட்டு வாசலில் நாங்கள் இருவரும் உருண்டோம்.

விசில்கள். பூட்ஸ் சத்தங்கள். ஜீப் சப்தங்கள். புயல் போலப் போலீஸ் சூழ்ந்துகொண்டது.

என்னைப் பிரித்து இரண்டு போலீஸ்காரர்கள் அவனை மடக்கினார்கள். நான் எழுந்தேன். தூக்கம் இழந்தவர்கள் எட்டிப் பார்த்தார்கள்.

உள்ளே விளக்கு அணைந்தது.

அந்த வீட்டில் இருந்த ஒன்பது பேரும் பிடிபட்டார்கள். ரேணுகா ஓர் அறையில் அடைப்பட்டிருந்தாள். அதிசய மாக ஒரு சில செகண்டு வித்தியாசத்தில் அவள் சாகாமல் தப்பித்திருக்கிறாள். நாங்கள் அவ்வளவு பெரிதாக நேர்த் தாக்குதல் செய்வோம் என்பதை அவர்கள் முற்றிலும் எதிர்பார்த்திருக்கவில்லை. விஷயம் தெரிந்ததும் வந்த ஆத்திரத்தில் அவளைக் கொல்ல அவர்களுக்குச் சமயம் இல்லை. நடேசனைக் கைது செய்யும்போது எனக்குக் கண்களில் ஜலம் வந்தது. என் வாழ்க்கையின் மிகப்பெரிய ஆதர்சம் - நான் படித்த கலாசாலை - என் கண் எதிரிலேயே சரிவதற்கு நானே காரணமாக இருந்ததால்.

'ஐம் சாரி சார்' என்றேன்.

'நீ உன் கடமையைச் செய்தாய்' என்றார்.

தயாள் அவரையே நேராகப் பார்த்தார். நடேசன் அவர் பார்வையைத் தவிர்த்தார். ரேணுகா தனியாக அந்த அறையில் விசித்துக்கொண்டிருந்தாள்.

வெளியே வரும்போது தயாள் என்னைத் தனியாகக் கூப்பிட்டார். 'நாளைக் காலை என்னை வந்து பார். இதில் மிக முக்கியம், இந்த விஷயம் ரகசியமாக இருப்பது. இதைப்பற்றி யாரிடமும் பேசாதே.

பிரஸ்ஸு-க்கோ வேறு யாருக்கோ தெரிந்தால் மகா கேவலமாகி விடும்.'

'சரி!' என்றேன்.

'யூ டிட் எ குட் ஜாப்' என்றார்.

எனக்குப் பெருமையாக இல்லை.

இரவு என்னையும் ரேணுகாவையும் விட்டுவிட்டுச் சென்றது போலீஸ் கார். வழியெல்லாம் எனக்குச் சமாதானமாகவில்லை. 'நடேசன் ஏன் அப்படிச் செய்தார்' என்பதில் அந்த 'ஏன்' விசுவரூபம் எடுத்து என்னைக் குழப்பியது. யாரை நம்புவது. யாரை நம்பக்கூடாது? நடேசனுக்கு என்ன ஆகும்? முதலில் அவரை சஸ்பெண்ட் செய்துவிடுவார்கள். அது நிச்சயம். ஐ.பி.சி.யைப் பார்க்க வேண்டும். எப்படிப் பத்திரிகைகளுக்குத் தெரியாமல் இந்த விசாரணை நடக்கப் போகிறது? மிலிட்டரியாக இருந்தால் கோர்ட் மார்ஷல் என்று ஒரு சிறிய அறைக்குள் நடத்தி, தீர்ப்புச் சொல்லி, அதிகாலை முதுகுப்பக்கம் சுட்டுத் தள்ள முடியும். எவ்வளவு வருடம் கிடைக்கும்? மறுபடி, நடேசன் ஏன் அப்படிச் செய்தார்? முதலிலிருந்தே சுத்தமில்லாத வரா? துரோக நினைவுகள் ஏற்பட என்ன காரணம்? அத்தனை பெரிய குற்றம் செய்ய என்ன காரணம்? சர்க்கார் உத்தியோகம்- பெரிய உத்தியோகம் என்றால் இப்படி இருந்தே ஆகவேண்டுமா? சே! என் டிபார்ட்மெண்டே என்ன ஆகப் போகிறது?

அதை நான் சற்று உரக்கச் சொல்லியிருக்க வேண்டும்.

'தெரியாது' என்றாள் ரேணுகா.

'ரேணுகா, உன்னை என்ன செய்தார்கள்?'

'துன்புறுத்தினார்கள்.'

'எப்படி?'

'ஒரு பெண் என்றே என்னை மதிக்கவில்லை. கடைசியில் நான் தப்பித்தது நிச்சயம் கடவுள் அருள்தான். அவன் அவ்வளவு வேகமாக என்மேல் பாய்ந்தான். பார்! சிகரெட் முனை!'

நான் பார்த்தது என்னை அதிர வைத்தது!

எவன் எக்கேடு கெட்டுப் போகட்டும். இருக்கிறவர்கள் எல்லாம் என் தேசத்தைக் காட்டிக் கொடுக்கட்டும். நான் இன்று ராத்திரி இந்த அழகான அடிபட்ட பறவைக்குச் சிகிச்சை செய்து என் மடியில் வைத்துக்கொண்டு அதன் வெண்மையான உடலை வருடப் போகிறேன். அவ்வளவுதான். என் சந்தேகங்கள் எல் லாம், தேச சேவை எல்லாம் நாளைக்காலை தொடங்கட்டும். இன்று இரவு சிகிச்சை இரவு. எனக்குத் தெரிந்த சிகிச்சை எல்லாம்...

மறுதினம் காலை செக்ரட்ரி என்னை அழைத்து எனக்கு மற் றொரு ஆச்சரியத்தைத் தந்தார். நடேசனுக்குப் பதில் டிபார்ட் மெண்டின் தலைமையை எடுத்துக்கொள்ளும்படி எனக்கு ஆணையிட்டார். டிபார்ட்மெண்டைப் பூராவும் மாற்றி அமைக்கும்படி சொன்னார்.

'நான் இந்தப் பதவிக்கு ஏற்றவனில்லை. எனக்கு சீனியர் இரண்டு பேர்கள் இருக்கிறார்கள்' என்று சொல்லியும் அவர் கேட்க வில்லை.

'இது ஒரு செலக்‌ஷன் போஸ்ட். தாற்காலிகமாக நீதான் இப் போது இதற்கு லாயக்கு. டிபார்ட்மெண்டில் ஒவ்வொருவரையும் சல்லடை கொண்டு சலித்து அமைப்பையே மாற்றுவதற்கு ஒரு திட்டம் தயாரித்து எனக்குக் கொடு. அதன் பின் எந்த ஃபைல்களை எரிக்க வேண்டும், எந்த எந்த ரகசிய முறைகளை மாற்றி அமைக்க வேண்டும். ஸைஃபர் கோட்களை புதுப்பிக்க வேண்டும். எல்லாவற்றையும் எனக்குச் சொல். சுருங்கச் சொன்னால் டிபார்ட்மெண்டே மறு அவதாரம் எடுக்கவேண்டும்.'

'முயற்சி செய்கிறேன் சார். பெரிய வேலை' என்றேன்.

'செய்' என்றார். மேலும், 'நடேசன் எத்தனை நாட்களாக சர்க்கார் ரகசியங்களை நழுவவிட்டிருக்கிறார் என்பது தெரியவேண்டும். என் அபிப்பிராயத்தின்படி 64 அல்லது 65-ல் ஹல்வாராவில் இரண்டு ஜெட் ஸ்குவாட்ரன் அமைத்தபோது அந்த ரகசியம் பாகிஸ்தானுக்கு உடனே தெரிந்ததிலிருந்து தொடங்கியது என நினைக்கிறேன். இது தீர விசாரிக்கவேண்டிய விஷயம்.'

'சார்! நான் ஒரு கேள்வி கேட்கலாமா?'

'என்ன?'

'அவர் ஏன் அப்படிச் செய்தார்?'

'மனிதனின் மனம் வேலை செய்வதை முழுவதும் அறிவது கஷ்டம். எனக்குக் காரணம் சொல்ல முடியவில்லை. அவர் ஒரு பிரம்மச்சாரி. அத்தனை வயதுவரை கல்யாணம் செய்து கொள்ளாதவர்களிடம் மாறுதலாக ஏதாவது ஒன்று இருந்துதான் ஆகவேண்டும்.'

'நான் நினைத்தேன் அவர் மிகப் பெரிய மனிதர் என்று.'

'நானும்தான் நினைத்தேன். ஆனால் அவர் ஒரு பெரிய நடிகர்; முழுமையாக ஏமாற்றி இருக்கிறார்.'

'அவருக்கு என்ன ஆகும்?'

'கைது செய்து வைத்திருக்கிறோம். உடனே விசாரணை நடத்த வேண்டும். இதில் பப்ளிசிட்டியைத் தவிர்க்கவேண்டும். ஒரு கோர்ட்டில் இது முடியாதது. டிபார்ட்மெண்டலாக என்க்வைரி வைத்து நடத்தலாம். இதில் தண்டனை அதிகம் கிடையாது. உங்கள் டிபார்ட்மெண்டையே மிலிட்டரியின்கீழ் கொண்டு வந்து கோர்ட் மார்ஷல் போல ஒரு மூடின விசாரணை செய்து ஜெயிலில் அடைப்பது ஒரு வழி. என்ன இருந்தாலும் இந்த விஷயம் வெளியில் தெரியக்கூடாது.'

'அதைத் தவிர்க்க முடியாது என நினைக்கிறேன்.'

'பார்க்கலாம். என்ன மனிதன்! அவருக்கு பத்ம பூஷண் கிடைக்க இருந்தது! நீ ஆபீசுக்குப் போ. ஆபீசைப் பொருத்தவரையில் அவர் லீவில் இருக்கிறார். வேறு ஒன்றும் தெரியவேண்டாம். அவர் பதவியை நீ தாற்காலிகமாக ஏற்றுக்கொள்ளப் போகிறாய். அதற்கான ஆர்டரை இஷ்யூ செய்துவிட்டேன். அதிகம் பேசாதே. ஆபீசையே மாற்று.'

நான் சென்றபோது நடேசனின் அறை காலியாக இருந்தது. மேஜை சுத்தமாக இருந்தது. டிராஃப்ட் காகிதங்களில் சக்கரம் சக்கரமாக அவர் யோசித்துக்கொண்டிருந்தபோது செய்த கிறுக்கல்கள் கூட கலையயவில்லை. நடேசனின் அறையில் நான் உட்காரவில்லை. என் இடத்தில்தான் உட்கார்ந்தேன். செக்ரடரி யின் ஆர்டர் மற்றவர்களுக்கு ஆச்சரியம் தந்தது. அவர்கள் திடீரென்று நடேசன் எதற்கு லீவில் போகவேண்டும் என்று மனதில் கேட்டுக்கொண்டது முகத்தில் தெரிந்தது. அவர்கள்

என்னைப் பார்த்த பார்வையில் பொறாமை இருந்தது. நான் அவர்களைப் பொறாமைப்பட்டேன்.

தினம் முழுவதும் தனியாக உட்கார்ந்துகொண்டு ஆபீஸ் சீர்திருத்தத்துக்கான திட்டத்தில் ஆழ்ந்தேன். என் கைப்பட எழுதினேன். டைப் அடிக்கக் கொடுக்கவில்லை. இந்த மாறுதல் கள்பற்றி அவர்களுக்குத் தெரியக் கூடாது. அவர்களில் யாரேனும் ஒருவர்கூட அதில் உட்பட்டிருக்கலாம். நடேசன் தனியாகவா அவ்வளவும் செய்திருப்பார்?

நடேசனின் நடத்தையில் மற்றொரு விஷயம் எனக்கு ஆச்சரி யத்தைத் தந்தது. அதைப் பிறகு சொல்கிறேன். எனக்கு முதலில் அந்த ஆசை ஏற்பட்டது. அவரை நேரில் பார்த்து அவரையே, ஏன் இப்படிச் செய்தீர்கள் என்று கேட்கலாமா? பதில் சொல்வாரா? முதலில் அவரைக் கைது செய்து வைத்திருக்கும் இடமே தெரியாது.

மறுபடி காகிதங்களைத் தொடர்ந்தேன். ஓடவில்லை. எடுத்து, அடுக்கி, பூட்டி வைத்துவிட்டு நடேசன் அறைக்குச் சென்று கதவை மூடிக்கொண்டு செக்ரடரிக்கு டெலிபோன் செய்தேன். அவர் இருந்தார். 'நான் நடேசனைப் பார்க்கவேண்டும்; எந்த ஜெயிலில் இருக்கிறார்?' என்று கேட்டேன்.

'எதற்குப் பார்க்க வேண்டும்?'

'நான் அவருடன் இத்தனை நாள் நெருங்கிப் பழகி இருக்கிறேன். என்னுடன் மணிக்கணக்காகப் பேசி இருக்கிறார். இப்போது அவர் கைது செய்யப்பட்டதும், அவர் மூடில் இருந்தால், என்னிடம் காரணம் சொல்வார். ஒப்புக்கொண்டுவிட்டால், அவரிடமிருந்து எவ்வளவு நாட்களாகத் துரோகம் செய்து வந்தார் என்கிற விவரமாவது கிடைக்கும் என எண்ணுகிறேன்.'

'நான் நினைக்கவில்லை. இருந்தாலும் நீ அவரைப் போய்ப் பார். துக்ளக் ரோடு போலீஸ் ஸ்டேஷனில் அடைப்பட்டிருக்கிறார். சீக்கிரம் போ. கொஞ்ச நேரத்தில் அந்த இடத்திலிருந்து அவரை டிரான்ஸ்ஃபர் செய்து உ.பி. பார்டரில் ஒரு இடத்துக்குக் கொண்டு செல்லப் போகிறார்கள். நான் சொன்னபடி திட்டம் தயாரித்தாயா?'

'சார். அது பெரிய வேலை. இன்னும் இரண்டு நாள் ஆகும்.'

'நாளை முடித்துவிடு.'

சிவப்பு டெலிபோனை வைத்தேன். அது ரகசிய டெலிபோன். ஒட்டுக் கேட்க முடியாது. கேட்டாலும் ஸ்க்ராம்ப்ளர் பொருத்தி இருப்பதால் ஒருவருக்கும் புரியாது.

போலீஸ் நிலையத்தில் முதலில் என்னை அனுமதிக்க மறுத்தார்கள். நான் என் பச்சை பாஸைக் காட்டி, நான்தான் இதற்கெல்லாம் ஆதிகாரணம் என்று சொல்லி தயாள் அவர் களுக்கு டெலிபோன் செய்ய முற்பட, அனுமதித்தார்கள்.

நடேசன் சிறையில்கூட கண்ணியமாக இருந்தார். என்னை நிமிர்ந்து பார்த்தார்.

'கம் மை வொர்த்தி சக்ஸெஸர்!' என்றார்.

நான் சொன்னேன்: 'கடந்த ஒன்பது வருடங்களாக என் ஆதர்ச மாக இருந்தவரை ஒரே நாளில் பதவி இறக்கம் செய்தது எனக்கு மிகக் கடினமாக இருக்கிறது.'

அவர் டென்னிசனிலிருந்து இரண்டு வரிகள் சொன்னார். 'ஆர்தர் கோஸ்லரின் 'டார்க்னஸ் அட் நூன்' படி' என்றார்.

'உங்கள் நடத்தைக்குக் காரணம் என்ன?' என்றேன்.

'எந்த நடத்தைக்கு.'

'உங்கள் மிக வெற்றிகரமான இரட்டை வேடத்துக்கு?'

'காரணம் நீதான் கண்டுபிடியேன். நீதான் இப்போது டிபார்ட்மெண்ட் இன்சார்ஜ் ஆயிற்றே. உனக்கு எப்படிப்பட்ட பதவி உயர்வு! சந்தோஷம்தானே?'

'நான் மிகவும் வருத்தப்படுகிறேன்.'

'எதற்கு. நான் அகப்பட்டுக்கொண்டதற்கா?'

'நீங்கள் கலைத்த ஆதர்சத்துக்கு.'

'அது உன் தப்பு. உன் முட்டாள்தனம். உன் தொழிலில் நீ தெரிந்து கொள்ளவேண்டிய முக்கிய பாடம் இது. வெளிநோக்குக்குத் தோன்றும் தோற்றத்திலிருந்து ஒரு மனிதனை முழுவதும் தெரிந்துகொள்ள முடியாது. ஐம்பது வருஷமாக அணைக்கும்

கைகளில்கூட உள்ளே கத்தி பொதிந்திருக்கும். நீ சிறியவன். அனுபவமில்லாதவன். இன்னும் எத்தனையோ கத்திகளைப் பார்க்கப் போகிறாய்!'

'ஏன், ஏன்?' என்றேன். 'ஏன் நீங்கள் இப்படிச் செய்தீர்கள்? உங்களுக்குக் கிடைத்த பதவியின் உயர்வு போதவில்லையா? படித்த புத்தகங்கள் சரியான நியதிகளைச் சொல்லித்தர வில்லையா? கிடைத்த சம்பளம் போதவில்லையா? கிடைத்த ஓய்வு போதவில்லையா? இந்த மண்ணில் பிறந்துவிட்டு இந்த தேசத்தை ஏன் கவிழ்க்க, காட்டிக்கொடுக்க முற்பட வேண்டும்?'

'தேசம் என்பது என்ன?'

'என் உயிர்.'

'சில்லி! தேசம் என்பது ஏதோ ஜாக்ரஃபிக்காரர்கள் வரைந்த முட்டாள்தனமான கோடுகள்! உன் தேசம் அண்டை தேசத்தை விட ஒரு ரெஜிமெண்ட் பலம் அதிகமாக இருந்தால் ஒரு மைல் அதிகமாக உன் எல்லைகளை வரைந்துகொண்டு இதுதான் என் தேசம் என்று சொல்லலாம்!'

'நீங்கள் பேசுவது கம்யூனிசம்!'

'நான் பேசுவது செ ன்ஸ்!'

'யாருக்காக நீங்கள் அப்படிச் செய்தீர்கள்?'

'என் அருமை நண்பனே! உனக்குத் தேவையான தகவல்கள் அழகாகப் பேக் செய்யப்பட்டு ரெடிமேடாகக் கிடைக்கும் என்று எண்ணாதே. அவ்வளவு சுலபமல்ல. கண்டுபிடிக்க உழைக்க வேண்டும். உழைப்புதான் பிரதானம். என் எஜமானர்கள் யார் என்று உன்னால் என்னிடமிருந்து தெரிந்துகொள்ள முடியாது. உன் நேரம்தான் விரயமாகும். நீ இப்போது முக்கியமான ஆபீசர். உன் நேரத்தை ஒரு சாதாரண ஜெயில் கைதியிடம் விரயம் செய்யாதே. உனக்கு என் வாழ்த்துக்கள்.'

'போகுமுன் அதைச் சொல்கிறேன். நீங்கள் எவ்வளவுதான் சாமர்த்தியமான இரட்டை வேலை செய்தாலும் கடைசியில் முட்டாள்தனமாக அகப்பட்டுக் கொண்டீர்கள். அந்த வீட்டில் நீங்கள் இருந்திருக்கவே வேண்டாம்' என்றேன்.

அவர் புன்னகைத்தார். 'நீ சரியான பாதையில்தான் யோசிக் கிறாய். உன் பதவிக்கு உரியவன்தான் நீ. என் மூன்று உபதேசங் களைக் கேள். 'சோலோவாக எதுவும் செய்யாதே. சீக்கிரம் திருமணம் செய்துகொள். நிறையப் படி. குட் டே' என்றார்.

நான் திரும்ப வந்ததும் அந்த சம்பாஷணையை தயாளிடம் ரிப்போர்ட் செய்ய நினைத்தேன். அவர் ஏதோ கான்ஃபரன்ஸில் இருந்தார். அப்புறம் டில்லி வந்திருக்கும் ஒரு மத்திய ஐரோப்பிய நாட்டுப் பிரதிநிதிகளுடன் பேச்சு வார்த்தைக்குச் செல்வார் என்று சொன்னார்கள்.

சுறுசுறுப்பான மனிதர்; என் மேல் நம்பிக்கை வைத்திருக்கிறார்.

மாலை மணி சுமார் 4.30 இருக்கும். ஆபீசில் உட்கார்ந் திருந்தேன். நடேசன் அறையில் இருந்த சிவப்பு டெலிபோன் ஒலித்தது. அது ஒலிக்கும்போதே எனக்கு உள்ளே ஏதோ ஒன்று சொல்லியது. ஏதோ தப்பாக நிகழ்ந்திருக்கிறது என்று.

தயாள்தான் பேசினார். எடுத்தவுடன் சொன்னார்: 'நடேசன் தப்பிவிட்டார்.'

'வாட்?' என்றேன்.

'ஆம்! அவரை துக்ளக் ரோடு ஜெயிலிலிருந்து மீரட் எடுத்துச் செல்ல உத்தரவு தந்தோம். அந்த டிரான்ஸ்பரில் டில்லி எல்லைக்குள்ளேயே தப்பிவிட்டார். மறைமுகமாக ஓர் ஆயுதம் வைத்திருந்தார் என்றும் ஒரு கான்ஸ்டபிள் மோசமாகத் தாக்கப்பட்டார் என்றும் வெளி ஆட்கள் மூவர் அவருக்கு இதில் உதவி செய்திருக்கிறார்கள் என்றும் தெரிகிறது. ஒரு பழைய இந்துஸ்தான் அவர் தப்பிச் சென்ற கார். அதன் வர்ணனை இருக்கிறது. டில்லியிலிருந்து வெளியில் செல்லும் ரஸ்தாக்களை எல்லாம் உடனே அடைத்துவிட்டோம்...'

'சார்! விமான நிலையம் ! பாலம் விமான நிலையம்!'

'என்ன?'

'சார்! அவர் தப்பித்தால் உடனே இந்த நாட்டைவிட்டு வெளியே செல்லத்தான் முயற்சிப்பார். முதலில் விமான நிலையத்துக்குத் தான் செய்தி சொல்ல வேண்டும். இது மிக முக்கியம்!' என்றேன் சற்று ஆச்சரியத்துடன்.

'ஓ எஸ்!'

'நான் உடனே இதைக் கவனிக்கிறேன். இப்போதே தாமதம் என்று நினைக்கிறேன்' என்று சொல்லிவிட்டு டெலிபோனை வெட்டிவிட்டு உடனே பாலம் விமான நிலையத்தின் செக்யூரிட்டி டிவிஷனுக்கு டெலிபோன் செய்தேன். நடேசனின் வர்ணனை களைக் கொடுத்தேன். 'கஸ்டம்ஸிலும் சொல்லுங்கள். பாலம் விமான நிலையத்திலிருந்து வெளியே செல்லும் எல்லா ப்ளைட் களையும் நான் வரும்வரை தாமதம் செய்யவேண்டும்.'

'நீங்கள் யார்?'

சொன்னேன்.

'ஓ எஸ் சார்! ஒரு டில்லி பாங்காக் ப்ளைட் இப்போதுதான் புறப் படுகிறது; 'ரன்வேயில் இருக்கிறது; புறப்பட்டுக் கொண்டு இருக்கிறது.'

'அதை நிறுத்த முடியுமா?'

அவர் மேல் பேசமுடியாமல் ஜெட் அலறல் எனக்குக் கூடக் கேட்டது. ஓய்ந்ததும் கஸ்டம்ஸுக்கு டெலிபோன் செய்தேன். நடேசனின் வர்ணனையைக் கொடுத்தேன். 'சற்று முன் கிளம்பிய பிளைட்டில் இந்த வர்ணனைகள் உள்ளவர் இருந்தாரா?' என்று கேட்டேன்.

'எந்த ஃப்ளைட்?'

'பாங்காக் சென்றதே சற்றுமுன்?'

'எஸ்.ஏ.எஸ். 406 பாங்காக்-ஹாங்காங்-டோக்கியோ?'

'ஆம்.'

'ஒரு நிமிடம் சார்.'

இரண்டு நிமிடம். மூன்று நிமிடம், ஐந்து நிமிடம் கழித்து- 'சார், நீங்கள் கொடுத்த வர்ணனைகள் பொருந்தும் ஒருவர் அந்த ஃப்ளைட்டில் சென்றார். அவர் ஷேவ் செய்யாமல் இருந்தார். அவரிடம் ஒழுங்கான பாஸ்போர்ட் இருந்தது. முன்னால் ஆர்டர் இல்லாமல் அவரை எங்களால் நிறுத்தியிருக்க முடியாது. பாஸ்போர்ட் நம்பர் சொல்லட்டுமா?'

'வேண்டாம். அந்த ஃப்ளைட்டைத் திரும்பக் கூப்பிட வேண்டும் என்றால் என்ன செய்ய வேண்டும்?'

'எந்த ஃப்ளைட்டை?'

'அதுதான் அந்த 406.'

'அதற்கு ஏ.டி.சி.யில் கேளுங்கள். இத்தனை நேரத்தில் அந்த பிளேன் 120 மைல் போயிருக்கும். எதற்கும் ஏரியா கண்ட்ரோல் ஆபீசரைக் கேளுங்கள். எனக்கென்னவோ அது சாத்தியம் இல்லை என்று தோன்றுகிறது.'

'நான் ஏரியா கண்ட்ரோலைக் கூப்பிடுமுன் தயாளைக் கூப்பிட்டுச் சொன்னேன். அவர், 'மேலே செயல்பட வேண்டாம். விட்டு விடு. தொலைந்து போகட்டும்' என்று சொன்னார்.

நடேசன் தப்பித்து விட்டார்! ஒரு கடிகாரத்தின் அமைப்புபோல மிக அற்புதமாக அமைக்கப்பட்ட திட்டத்தில் அவருக்குப் பாஸ்போர்ட் தயாராக இருந்திருக்கிறது. தப்பிக்கும் வழி தயாராக இருந்திருக்கிறது. ஃப்ளைட்டின் சமயம் சரியாக இருந்திருக்கிறது. எவ்வளவு சுவாரசியமான பின்னல்! நடேசன் தப்பித்துவிட்டார். ஜன்னல் வழியாக நீல வானம் தெரிந்தது. அதில் காலிஃப்ளவர் மேகங்கள் சில மிதந்தன...

போகட்டும்! நம் தேசத்தைவிட்டு ஒழியட்டும்! எனக்கு ஒருவிதத்தில் ஆறுதலாகக்கூட இருந்தது.

இந்தக் கதையை இதுவரை படித்து வந்தவர்கள் இனி வரப் போகும் கடைசி அத்தியாயத்தின் நிகழ்ச்சிகளை எதிர்பார்த் திருந்தீர்கள் என்றால் நீங்கள் புத்திசாலித்தனத்தில் சராசரிக்கு மிகவும் மேலே. எங்கள் ஆபீசில் வேலை செய்யத் தகுதி உடையவர்கள்.

லோக் சபாவில் 'கால் ஃபார் அட்டென்ஷன் மோஷன்' ஒன்றில் ஒரு கோபமுள்ள எஸ்.எஸ்.பி. மெம்பர் எங்கள் மந்திரியைக் கேட்டார்:

'மதிப்புக்குரிய அமைச்சருக்கு கீழ்க்கண்ட விவரங்கள் தெரியுமா? அடாமிக் எனர்ஜி கமிஷனைச் சேர்ந்த ஒரு விஞ்ஞானி கடத்தப்பட்டதும் மீட்கப்பட்டதும் அது சம்பந்தமாக ஒரு பெரிய அரசாங்க அதிகாரி கைது செய்யப்பட்டு, அவர் தப்பித்து இந்த நாட்டை விட்டே வெளியே ஓடிவிட்டது...'

அந்த மெம்பர் மிகவும் சுறுசுறுப்பானவர். சுதந்திரமாக இடது வலது பக்கம் தாக்கும் முன்னணி மெம்பர். கேள்வி நடேசன் தப்பித்த மறுதினம் கேட்கப்பட்டது. இது காங்கிரஸ் எதிர்த்தரப்பு மெம்பர்கள் எல்லோரை யும் நிமிர வைத்தது! பத்திரிகைக்காரர்களின் பென்சில் கள் கூர்மையாயின. மந்திரி வந்திருந்தாராம்; பக்கத்தில் உடனே சிலருடன் பேசினாராம்; எழுந்தாராம்.

'மதிப்புக்குரிய அங்கத்தினருக்கு இந்தக் கட்டுக்கதை எங்கிருந்து கிடைத்தது என்று அறிய விரும்புகிறேன்.'

'அதைப்பற்றிக் கவலை இல்லை. இது உண்மையா பொய்யா என்பதை மட்டும் அறிய விரும்புகிறேன்.'

'மெம்பர் குறிப்பிட்ட நிகழ்ச்சிகளுக்கு எந்தவித ஆதாரமும் இல்லை.'

'ஆதாரம் இருக்கிறது என்று காட்டினால் மந்திரி ராஜினாமா செய்வாரா?'

'அந்தக் கேள்வி அதில் எழாது.'

மெம்பர் ஆத்திரம் அடைந்தார். 'நம் தேசத்தின் ரகசியங்களின் பாதுகாப்பைப்பற்றி மிக முக்கியமான கேள்வி இது. இதற்கு அவ்வளவு அலட்சியமாக மந்திரி பதிலளிப்பது வெட்கம்.'

பிரதமர் குறிக்கிட்டார்: 'மெம்பர் கேட்பது மிகத் தீவிரமான, மிகவும் பெரிய விஷயம். அவர் சொன்னதற்கு அணுவளவும் ஆதாரம் இருக்காது என்று நம்புகிறேன். இருக்கிறதா என்று டிபார்ட்மெண்டில் விசாரிக்கக் கொஞ்சம் அவகாசம் தேவை.'

'அப்படி ஆதாரம் இருந்தால் இவ்வளவு முக்கியமான பிரச்னை பற்றி ஒன்றுமே அறியாமல் இருந்ததற்காக ராஜினாமா செய்வாரா?'

'மெம்பரின் கவனம் கேள்விக்குப் பதிலைவிட மந்திரி ராஜினாமாவிலேயே இருக்கிறது' என்றார் பிரதமர்.

சபாநாயகர் இரண்டு மணி நேரத்தில் அரசாங்கத்தை அதற்குச் சரியாகப் பதில் அளிக்கும்படி சொன்னார்.

ஒரு கம்யூனிஸ்ட் மெம்பர் எழுந்து, 'டிபார்ட்மெண்ட் முழுக்க அமெரிக்க சி.ஐ.ஏ.யின் ஆட்கள்' என்றார். 'ராக்ஃபெல்லர், ஃபோர்டு முதலிய ஸ்தாபனங்களை நம் தேசத்தில் உடனே மூடவேண்டும்' என்றார்.

அதை ஒரு ஜனசங்க மெம்பர் எதிர்த்து, 'சீன தரப்புக் கம்யூனிஸ்டுகள் விதைத்த சதிகாரர்கள் நம் நாட்டில் அதிகம் இருக்கிறார்கள்' என்றார்.

தமிழ்நாட்டைச் சேர்ந்த மெம்பர் ஒருவர் கிடைத்த சந்தில் தூத்துக்குடி துறைமுகத்தைப் பற்றியும் சேலம் உருக்காலை பற்றியும் சில வார்த்தைகளைச் சொன்னார்.

அப்புறம் சில நிமிடங்களுக்குக் குழப்பமும் ஒருவர் சொல்வது மற்றவருக்குப் புரியாத இரைச்சலும் அந்த வட்டமான சபையில் ஏற்பட, சபாநாயகர் ஒத்திப் போட்டுவிட, தயாள் எனக்கு டெலிபோன் செய்தார்.

'இந்த விஷயம் அந்த பார்லிமெண்ட் மெம்பருக்கு எப்படித் தெரிந்தது?' என்று கேட்டார்.

'தெரியாது சார். அதே கேள்வியை நான் உங்களிடம் கேட்க இருந்தேன்' என்றேன் நான்.

'நீ ஏதும் விட்டுவிடவில்லையே?'

'நடேசனின் அரெஸ்டிலிருந்து இந்த நிமிடம்வரைக்கும் என் உதடுகள் சீல் வைக்கப்பட்டுவிட்டன.'

இடைவேளைக்குப் பிறகு பதில் அளித்த மந்திரி, 'மெம்பர் குற்றச்சாட்டுக்களுக்கு எவ்வித ஆதாரமும் இல்லை. அப்படி எதுவும் நடக்கவில்லை. அரசாங்க ரகசியம் எதுவும் வெளியாக வில்லை' என்று அடித்துச் சொல்லிவிட்டார்.

'பொய்மையும் வாய்மையிடத்து' என்று சொன்ன திருவள்ளு வரைத்தான் எனக்கு ஞாபகம் வந்தது.

இந்தக் கதை ஏறக்குறைய முடிவடையும் தருணத்தில் இருக் கிறது. சில முற்றுப் பெறாத விஷயங்களைச் சொல்லிவிட வேண்டும்.

ஒன்று - ரேணுகா.

இவளுடன் எனக்கு ஏற்பட்ட சினேகம் கொஞ்சம் சீரியஸ் ஆகப் போய் பிற்பாடு ஒரு ரெஜிஸ்ட்ரார் எதிரில் நாங்கள் சத்தியம் பண்ணிக்கொள்ளும் அளவுக்குச் சென்றுவிட்டது.

இரண்டு, டாக்டர் ராமச்சந்திரன்; இவரை நான் அப்புறம் பார்க்கவே இல்லை.

மூன்று, நடேசன்.

நடேசன் தப்பிச்சென்று மறுநாள் காலைத் தபாலில் எனக்கு ஒரு கடிதம் வந்தது. லோக்கல் தபால்-பாலம் முத்திரை. அதில் எழுதி இருந்தது இது.

அன்புள்ள ----------;

இந்தக் கடிதத்தைப் படித்து முடித்தவுடன் இதை முழுவதும் கிழித்து எரிக்கவேண்டியதன் அவசியத்தை உன்னிடம் சொல்ல

வேண்டாம். (எரித்தது நிஜம். நீங்கள் வாசிப்பது என் மனத்தின் நகல்.)

நான் விட்டுச்சென்ற பதவியில் தொடரப்போகும் உனக்குத் தெரிய வேண்டிய விஷயங்கள் வருபவை. இவற்றை இந்தக் கடிதத்தின் அவசியமில்லாமல் ஊகித்து முதலிலேயே தெரிந்திருந்தாய் என்றால் நீ சாமர்த்தியசாலி. என் வேலைக்கு முற்றிலும் தகுதியுள்ளவன்.

ஊகிக்க முடியவில்லை என்றாலும் வருத்தப்படவேண்டாம். கொஞ்சம் சிக்கலான விஷயம்தான்.

நான் இந்தக் கடிதத்தை பாலம் விமான நிலையத்தின் ஒரு பாத்ரூமிலிருந்து எழுதுகிறேன். எனவே கிறுக்கலும் அவசரமும். இது உனக்குக் கிடைக்கும்போது என்னைத் தேசத் துரோகி என்று முத்திரை இட்டிருப்பார்கள். பார்லிமெண்டில் ஒரு லேசான விவாதம் நடந்திருக்கும்.

நீ பதவி ஏற்றிருப்பாய்.

தயாள் உன்னைக் கூப்பிட்டிருப்பார். உன் மனத்தில் எழும் சில கேள்விகளுக்கு விடை தெரிந்திருக்காது. அதில் முக்கியமான கேள்வி- நான் ஏன் அப்படி செய்தேன் என்பதாக இருக்கும். பதில் இதோ.

கடந்த நாட்களில் உன்னிடம் பேசிக்கொண்டிருந்தபோது எத்தனையோ தடவை நம் நாட்டில் இன்டெலிஜென்ஸ் அமைப்பில் எவ்வளவு குறைகள் உள்ளன; மற்ற நாடுகளில் தைரியமாக நடத்தப்பட்டுத் தகவல் தெரிவிக்கும், சேகரிக்கும், ஒற்றர்கள் குறை எவ்வளவு மகத்தான குறை என்பதை விவாதிக்கிறோம்.

இரண்டு வருடங்களுக்குமுன் ஒரு சார்பில்லாத எம்பசி மூலம் ஒரு கூட்டத்தினர் என்னை அணுகினர். சுற்றி வளைத்து ஸ்விட்சர்லாந்தில் ஒரு பாங்கில் என் பெயரில் நிறையப் பணம் சேர எனக்கு விருப்பமா என்று கேட்டார்கள். விருப்பம் என்றேன். அதற்குப் பதிலாக சில தகவல்கள் தேவை என்றார்கள். என்ன தகவல்கள்? நம் அரசாங்க ரகசியங்கள். முக்கியமான அணு சக்தி ஆராய்ச்சியில் நம் போக்கு என்ன என்பது அவர்களுக்குத் தேவையாக இருந்தது. நான், சந்தர்ப்பம்

வரும்போது தருவதாகச் சம்மதித்தேன். முதலில் அந்தத் தகவல்களை விரும்பியவர்கள் பாகிஸ்தான் என்று நினைத்தேன். இல்லை சீனா!

என் மனத்தில் ஒரு திட்டம் உருவாகியது. அது செயல்பட முதலில் அவர்களுக்கு என்மேல் நம்பிக்கை ஏற்படவேண்டும். அதே சமயம் நம் அரசாங்கத்தின் பாதுகாப்பைக் குறைக்கும் விஷயங்களையும் நழுவவிடக் கூடாது.

நான் அவர்களுக்குத் தந்த சில தகவல்களில் அவர்கள் சமாதானம் அடையவில்லை. ஏனெனில் நான் தந்ததெல்லாம் சில தினங்களில் பார்லிமெண்டில் வெளியான விவரங்கள். அவர்கள் விரும்பியது முக்கியமான நம் தேசம் அணுகுண்டு உற்பத்தியில் ரகசியமாக ஏதாவது திட்டமிடுகிறதா என்பதே. திரும்பத் திரும்ப இதையே கேட்டுக்கொண்டிருந்தார்கள். இந்த விவரம் எனக்குத் தெரிந்து அவர்களுக்கு வெளியிட்டு அதனால் எனக்கு எவ்வளவு அபாயகரமான நிலைமை ஏற்படும் என்று அவர்களுக்குச் சொன்னேன். ஏற்பட்டால் என்னைப் பாதுகாப்பதாகவும் என்னை இந்த நாட்டை விட்டே தப்பிவிட உதவி செய்வதாகவும் வாக்களித்தார்கள். அவசர உபயோகத்துக்காகச் சில வழிகளும் சொன்னார்கள்.

தயாளுடன் கலந்து ஆலோசித்து அந்தத் திட்டத்தை உருவாக்கினேன். என் அருமை நண்பனே! எல்லாம் முழுவதும் திட்டமிட்டுச் செய்யப்பட்ட காரியம். ஒவ்வொரு காரியமும். இதில் உன்னைக் கலந்துகொள்ளாததற்கு முக்கியமான காரணம், நீ எனக்குப்பின் என் பதவிக்கு வரப்போகிறவன் என்று தீர்மானிக்கப்பட்டவன். இதில் உன் சொந்த முயற்சியாக எவ்வளவு தூரம் செயல்படுகிறாய் என்பதற்குப் பரீட்சை, ஒரு விதமான தகுதித் தேர்வு. மேலும் இந்தத் திட்டம் இயல்பாக நிறைவேறுவதற்கு உனக்குத் தெரியாமலிருப்பது முக்கியமான தேவையாக இருந்தது. எப்படி?

ஒரு முக்கியமான டாக்டர் ராமச்சந்திரன் பம்பாயிலிருந்து அரசாங்கத்துக்கு முக்கியமான காகிதங்களுடன் வருகிற கட்டத்தை நாங்கள் அமைத்தோம். இந்தச் செய்தியை நான் அவர்களுக்கு நழுவவிட்டேன். அவர்களுக்கு என்மேல் நம்பிக்கை ஏற்பட அதைவிட முக்கியமான செய்தி இருக்க முடியாது. விஞ்ஞானி, அணுகுண்டு பற்றிய ரகசியம்...

அவர்கள் எந்தவிதத்தில் செயல்படுவார்கள் என்பதை நான் எதிர்பார்த்தேன். அவர்கள் அந்த டாக்டரை கடத்தினார்கள். கடத்தி அவர் நிஜமாகவே சர்க்காருக்கு முக்கியமானவரா என்பதைத் தெரிந்துகொள்ள எனக்கு டெலிபோன் செய்து விலை பேசி ஊர்ஜிதப்படுத்திக்கொண்டார்கள். நான் எதிர்பார்த்தபடி நீ டாக்டரை விடுதலை செய்தாய் (அதில் உனக்கு அதிர்ஷ்டம் உதவி இருக்கிறது). விடுபட்டதும் நான் அவர்களைச் சந்தித்து, டாக்டர் தப்பியதால் என் நிலைமை மோசமாகிவிட்டது. நீ என் மேல் சந்தேகப்பட ஆரம்பித்து விட்டாய் உன்னை (மன்னிக்கவும்) தீர்த்துவிட வேண்டியது மிக முக்கியம் என்று சொல்ல, உன்னை வரவழைக்க ஏற் பாடாயிற்று.

எங்கள் திட்டத்தின்படி மிக முக்கியமாக, மிக வெற்றிகரமாக நடந்த செயல் என்னை நீ அவர்களின் மத்தியில் கண்டுபிடித்துக் கைது செய்தது. அன்று இரவு நீ வர எவ்வளவு நேரம் ஆகியிருந்தாலும் அவ்வளவு நேரமும் அங்கே காத்திருந் திருப்பேன், கைதாக!

கைதான பின் நான் தப்பித்தது திட்டப்படி நடந்தது.

தப்பித்த நான் அந்த எம்பசியில் சரண் அடைந்தேன். ஒரு பாஸ்போர்ட் கொடுத்து என்னை ஹாங்காங் செல்லும்படி பணித்திருக்கிறார்கள். அதன்பின் அவர்கள் நாட்டுக்கு என்னை அழைத்துச் செல்வார்கள். அங்கே எனக்கு ஒரு வருடம் பயிற்சி!

பின் திரும்ப நம் நாட்டுக்கு வரவேண்டும். அவர்கள் நாட்டின் பாடங்களுடன் புதிதாக உளவு வேலைகளைத் தொடங்க.

அது நம் நாட்டைப் பொருத்தவரை மிக முக்கியமான ஆரம்பம். முதல் தடவையாக அவர்களுடைய ஒற்றன் என்று நம்பி என்னை அவர்கள் நாட்டில் வரவேற்கிறார்கள். இவ்வளவு தூரம் திட்டமிட்டு அவர்களை நம்பவைத்து சிங்கத்தின் குகையில் நுழையப் போகிறேன் டபிள் ஏஜண்டாக! அங்கே சில தகவல்கள் சேர்ப்பதாக இருக்கிறேன். அகப்பட்டுக் கொண்டால் என்னை ஆதரிக்க ஒருவரும் இல்லை. இருந்தும் இந்த ரிஸ்க் எடுத்துக்கொள்ளத்தான் வேண்டியிருக்கிறது யாராவது ஆரம்பிக்க வேண்டாமா? அகப்படுவதாக உத்தேச மில்லை.

பார்லிமெண்ட் விவாதம் கூட (நடந்திருந்தால்) திட்டத்தில் ஒரு பகுதி. என்மேல் அவர்களுக்கு மேலும் நம்பிக்கை ஏற்பட வைக்க. தயாள் மேல் விவரங்கள் சொல்வார். உன்னை மறுபடி சந்திக்க வாய்ப்பிருக்கும் என்று எண்ணுகிறேன். அப்படி ஏற்படவில்லை என்றால் எங்கேயோ ஒரு தேசத்தில் உயிர்விட்டவனுக்கு வருத்தப்பட ஒரு நண்பன் இருக்கிறாய் என்று நம்பிக்கையுடன்.

நடேசன்.

(முற்றும்)